Einar Kárason

Óvinafagnaður

Skáldsaga

Mál og menning
Reykjavík 2001

„i migliori fabbri"
William Faulkner
Ásgeir Jakobsson

1. prentun nóvember 2001
2. prentun desember 2001

Kápa: Guðjón Ketilsson
Umbrot: Edda hf. / EJ
Prentvinnsla: Oddi hf.

ISBN 9979-3-2244-6

ÞÓRÐUR

■

Ég hef kannski ekki ráð á því að fárast yfir ólifnaði, drykkjuskap og slagsmálum, en ég var samt búinn að fá nóg af því öllu í Niðarósi, því pestarbæli. Hvað var ég búinn að vera þar lengi? Allt of mörg ár, í það minnsta ...

Það gerir hvern mann að vesalingi að eyða sínum dögum í námunda við norska konungsgarðinn. Enda þrífast þar engir til lengdar nema ræflar, eins og ég ...

Í öllum löndum norrænna manna hefur nafn þessa staðar samt yfir sér töfraljóma, ekki síst nú eftir að Hákon konungur tók sér bólfestu hér. Suðureyskir fuglabanar, færeyskir hvalfangarar, sænskir sauðamenn, norskir kaupmannssynir, og þó einna helst glæpamenn, morðingjar og bitrir förufálkar allt frá Grænlandi í vestri og austur til Líflands, koma hingað til að leita skjóls í herskálunum, í von um frama og stóran gróða af herförum til friðsamari stranda, eða til að komast í gestasveitirnar og geta svalað þar grimmd og morðfýsn. Og svo koma líka hingað menn utan af Íslandi, ekki síst höfðingjasynir eins og ég sjálfur, fullir fáránlegra drauma um að gerast konungi handgengnir og þiggja af honum lönd og sóma eða flytja jörlum og hertogum drápur og fá skip og gersemar að launum ...

Ég man það ekki. Ég veit bara að ég hafði ekki nokkra hugmynd um það lengur hvert var erindi mitt á þennan vonda stað.

Það var að vísu talað um það áður en ég fór að heiman frá Íslandi að mér væri vís mikill frami í konungsgarði, þótt það væri ekki ástæðan fyrir því að ég vildi hleypa heimdraganum ... En allir sögðu að í Noregi yrði mér tekið sem höfðingja vegna frændsemi og vináttu konungs við mína ættmenn. Og mér stóðu ýmsar dyr opnar fyrst í stað, á meðan menn vissu að ég átti nóg af peningum. En eftir því sem mér eyddist sjóðurinn, og það gerðist hratt í öllu sukkinu, þá þvarr líka gestrisnin og vinarþelið í minn garð. Ég get reyndar ekki sagt að ég hafi hagað mér þannig að beinlínis væri fallið til vinsælda, en smám saman fór mér þó að skiljast að auralaus Íslendingur er eitthvert það ómerkilegasta kvikindi er menn telja sig þekkja við hirð Noregskonunga. Við vorum í enn minni metum en Svíar, – við vorum í rauninni engu betur settir en skriðfinnarnir sem koma stundum með hreindýrahjarðir ofan af fjöllum til að höndla og prútta, en eru þekktir fyrir klæki og undirferli þótt fæstir þori að amast við þeim vegna fjölkynngi og galdra. En fjallafinnarnir tala ekki einu sinni norræna tungu eins og aðrir menn. Því þótt menn hafi mismunandi lag og áherslur eftir því hvaðan þeir koma, úr hvað landi þeir eru að flýja, þá tala þeir samt allir sama málið ef grannt er hlustað.

Heima var sagt að Sturla bróðir minn hefði fengið konunglegar móttökur er hann var hér á ferð, en mig er farið að gruna að það hafi verið eitthvað málum blandið. Og allan minn uppvöxt heyrði ég um álit það og virðingu sem Snorri föðurbróðir minn nyti í hirðinni. Að konungsættin liti á hann sem einn af þeim, og að aldrei yrði gleðin á þeim bæ einlægari né fögnuðurinn stærri en þegar hann gengi inn í höllina eftir sjóvolkið utan af Íslandi. Og marga góða gripi hafði ég séð hjá honum heima í Reykholti sem hann hafði þegið að gjöf úr hendi konungs eða jarls; gull og gersemar sem hann hafði fengið að launum fyrir skáldskap sinn og hollustu við frændfólk sitt meðal norskra fyrirmenna. Og ég hélt fyrir vikið, er ég kom hingað fyrst fyrir fáeinum vetrum, að mér yrði nóg að nefna Snorra, segjast vera bróðursonur hans, og þá yrði mér samstundis tekið með kostum og kynjum. Ég hafði jafnan í barnæsku ímyndað mér Snorra koma til hirðarinnar og ótal skartklædda menn ganga á móti honum og leiða hann til öndvegis andspænis sjálfum konunginum og alþýðu alla lúta höfði í virðing og lotningu fyrir mikilmenninu.

En þetta voru auðvitað einir saman hugarórar og hlægilegur barnaskapur. Því að Norðmenn álíta Snorra Sturluson bara vera venjulegan íslenskan búandkurf. Einn af þessum undarlegu særoknu Íslendingum, sem kannski má hafa til gamans og auðvelt er að snuða í viðskiptum – menn hér vita nefnilega að Íslendingar vilja helst strá um sig peningum. Og ekki prútta eða jagast um verð, því það sé einungis háttur fátæklinga. Þannig að landar mínir eru látnir greiða allt tvöföldu verði, og það gera þeir glaðir og uppbelgdir, – og á eftir hlæja hérlendir meðan þeir telja peningana.

Ég hef einu sinni hitt Snorra frænda minn síðan ég kom hingað til Noregs. Ég var gerður út með nokkrum öðrum í sendiför til Björgvinjar, – það var nauðaómerkileg för og erindin lítilsverð, og þangað kominn tók ég að spyrjast fyrir um Snorra á meðal hirðmanna Skúla jarls. Jú, þeir könnuðust flestir við hann, – brostu við tilhugsunina. „Já, skáldið!“ sögðu þeir. Nei þeir vissu ekki hvar hann héldi til. „Gáðu samt á drykkjustofuna í kvöld!“ Ég kannast við slíka staði, þar fær maður keyptan bjór og mjöð, og þangað fór ég um kvöldið, hefði farið hvort sem var ... Og er ég hafði setið nokkra hríð með fylgdarmönnum mínum sá ég Snorra frænda koma inn, hann var einn síns liðs en fékk sér sæti hjá nokkrum mönnum sem hann ávarpaði kumpánlega. En innan skamms höfðu þeir tæmt drykkjarmálin og haft sig á brott, ég sá ekki að þeir kveddu Íslendinginn, hann sat eftir einn. Og ég bað mína borðnauta að hafa mig afsakaðan, settist hjá honum.

„Sæll frændi,“ sagði ég.

Hann var annars hugar, heilsaði mér fyrst eins og hann kannaðist við mig en kæmi mér ekki fyrir sig, en svo áttaði hann sig strax, tók viðbragð, stóð upp og faðmaði mig innilega, kyssti mig á báða vanga, kallaði mig elsku frænda: „frændi Kakali!“

Ég hafði verið hálffeiminn við að ávarpa hann, og ástæðan var sú að hann hafði, eins og svo margir, átt í deilum við Sturlu bróður minn og farið halloka. En Snorri lét mig ekki gjalda bróður míns, vissi trúlega sem var að ég átti engan hlut að hans málum. Enda eins líklegt að ég hefði sjálfur lent upp á kant við Sturlu bróður minn ef ég hefði ekki komið mér á brott, það var alltaf stutt í það hér áður fyrr ...

Snorri vildi fara að bjóða mér eitthvað, sýndi mér stórmennskufasið sem hann jafnan snýr að okkur frændum sínum, – kastaði peningi til veitingamannsins, peningi sem sveif í boga og steypti kollhnísa í loftinu, fól veitingamanninum að sjá til þess að ungum frænda sínum yrði aldrei drykkjar vant, allt á sinn kostnað. Svo leit hann í kringum sig, vildi fara að kynna mig fyrir mektarmönnum, koma mér í sambönd, – en þarna voru engir mektarmenn. Og framan af kvöldi lék hann elskulega stórbokkann, spurði hvernig mér gengi og hvað ég hefði á prjónunum, en hlustaði varla á svörin, var óðara búinn að grípa fram í með setningum á borð við: „Já þarna drepurðu á málefni sem ég hef rætt töluvert við jarlinn ..."

En þegar leið á kvöldið og drykkjunum fjölgaði þá fóru samræður okkar að verða einlægari. Við töluðum reyndar lítið um íslensk málefni þótt ég fyndi að hann væri sár út í Sturlu bróður og Sighvat föður minn. Því þeir voru þrátt fyrir allt bræður, faðir minn og Snorri, en hann hafði samt átt hlutdeild í að hrekja hann af eignum sínum og óðölum heima. En Snorri minntist ekkert á það, spurði bara í hálfkæringi hvort ég hygði ekki á heimför til að njóta þeirrar dýrðar sem hlyti að fylgja því að vera bróðir þess manns sem væri um það bil að gerast einvaldur yfir öllu Íslandi, ef hann væri ekki þegar orðinn það. En ég svaraði fáu, hafði aldrei kunnað að meta ljómann sem stafaði af Sturlu bróður mínum, eða skuggann sem hann varpaði ...

Svo við töluðum því meir um Norðmenn er á kvöldið leið, og það fór að losna um málbeinið á Snorra, ég fann að hann var þeim reiður, Norðmenn höfðu brugðist honum; um konungsættina sagði hann: „Þetta er mestanpart komið út af þrælum og fjósamönnum, – meira að segja við erum miklu betur ættaðir en þetta fólk ef grannt er skoðað."

„Þetta fólk!" Já, það var sem ég þóttist hafa fundið, Snorri var þrátt fyrir allt bara íslenskur lubbi í þeirra augum.

„En þú ert búinn að skrifa ævisögur allra helstu Noregskonunganna, er það ekki?" sagði ég.

„Jú," sagði hann, og það kom blik í augu hans. „Maður hefði ætlað að þeim fyndist það skipta einhverju máli."

Og svo trúði hann mér fyrir því að nú væri hann hættur að skrifa um þessa Noregskonunga, þeir yrðu að gera það sjálfir héðan í frá, og fleiri drápur myndi hann ekki yrkja „þessu fólki“ til dýrðar. Hins vegar væri hann að setja saman nýja bók, um mann af allt öðru sauðahúsi, forföður okkar Egil Skallagrímsson á Borg, skáldið og víkinginn. Og hvað er sögulegt við hann? Jú, Egill var að vísu rustamenni, grófur, ófríður og óheflaður, hálfgerður villimaður kannski, enda í bland kominn út af hálftröllum og varúlfum eins og afa sínum Kveld-Úlfi og syni hans landnámsmanninum. Og víkingurinn og hrottamennið Egill átti allt sitt líf í blóðugri baráttu við hina göfugu Noregskonunga og „það fólk“ – og gekk á ýmsu í því stríði. Og svo fór að Egill endaði ævi sína sem gamall og sérlundaður búandkarl heima á Íslandi, spottaður af kellingum. En um tíma og eilífð vann hann samt frægan sigur í skærum sínum við Noregskonunga. Og vegna hvers? Vegna þess að hann var skáld. Og skáldskapur hans mun lengur lifa og meiri frægðar njóta en samanlögð afreksverk Noregskonunga, og um þetta ætlaði Snorri föðurbróðir minn að skrifa sögu, sagði hann mér undir fjögur augu þarna á veitingastofunni þar sem gestum hafði fjölgað og þeir gerðust æ háværari.

HALLDÓRA

■

Það er margt sem mér var ekki ætlað að skilja ...

Af hverju vildu þeir feðgarnir gína yfir öllu? Var okkur einhvers vant, á okkar stóra rausnarbúi á Grund, á meðan allt lék í lyndi? Ég fann ekki annað. Og hann Sighvatur var vinsæll og vel látinn af öllum í sveitinni, fólk um gjörvallan Eyjafjörð talaði hlýlega um Sighvat, ég veit það og heyrði oft, þótt landslýðurinn væri almennt að baknaga sína foringja, alla sem einhvers máttu sín, enda var skálmöld og vargöld í landinu, og helst vildi ég alltaf að við reyndum að halda okkur utan við það. Og framan af var Sighvatur ekkert valdagírugur, hann bara skar úr um það sem upp kom í Eyjafirðinum; hann Sighvatur var ekkert að ásælast yfirráð og eignir um allt land, eins og Snorri bróðir hans hafði náttúru til ...

En innst inni öfundaði hann kannski Snorra af auði hans og menntun og frægð, hann gladdist til dæmis stundum eins og barn yfir því á efri árum, ekki síst er hann sat að drykkju um veturnætur og kallaði á mig upp úr rúmi til að hafa einhvern til að tala við, hlusta á sig, – um það hvað synir Snorra væru miklir auðnuleysingjar ... Yfir þessu gat hann Sighvatur minn glaðst eins og barn í hjarta sínu, hvað synir Snorra væru ódugandi, – „uppskafningar og slundurmenni ..." sagði hann um þessa frændur sína. Og svo hló hann með soghljóðum, augun urðu að mjóum rauðleitum strikum.

Nú, auðvitað var hann að bera þá saman við okkar syni, og það svosem satt að þeir Órækja Snorrason og Jón bróðir hans Murtur þoldu illa þann samjöfnuð. Og þegar synir okkar sjö uxu úr grasi fann Sighvatur að í þeim hafði hann meira afl og meiri styrk en hinn frægi Snorri bróðir hans, og þessvegna lét hann sér vel líka að Sturla sonur okkar sölsaði undir sig eignir hans og völd, svo að Snorri greyið mágur mátti hrökklast úr landi, vegna ofsa sonar okkar.

Það var hins vegar þannig með hann Sighvat að þótt hann ætti alla þessa hraustu og mannvænlegu syni, þá sá hann aldrei nema þann næstelsta, hann Sturlu okkar. Hinir féllu allir í skuggann, meira að segja frumburðurinn, Tumi eldri, sem fékk varla uppreisn æru fyrr en eftir að hann var drepinn og þeir feðgar hefndu hans með maklegri grimmd.

En nóttina sem Sturla kom í heiminn dreymdi fjölkunnuga konu í sveitinni að sveinn væri borinn, og að hann yrði nefndur „Vígsterkur". Og ég man hvað hann Sighvatur varð vonglaður og hrifinn og stoltur þegar hann heyrði þetta; hann sem aldrei sýndi smábörnum neinn áhuga um ævina gat setið aftaninn langan yfir þessu barni, mænt á það blíðum augum og talað við sjálfan sig, og sofandi barnið ...

Hann var nefnilega aldrei í vafa um að Vígsterkur, það væri hinn gjörvulegi nýfæddi sonur okkar. Og það var ekki fyrir það að synja að Sturla bar af öðrum sveinum strax í barnæsku, bæði fyrir fríðleik og líka eitthvert tignarfas sem hann hafði yfir sér alveg frá því hann var krakki, enda vildu allar konur fá að vagga honum og dilla, allar konur dreymdi um að kjassa sveininn, og ekki minnkaði það eftir að hann varð að manni ... Og í öllum íþróttum og áflogum bar hann sigur úr býtum, alla aðra stráka hafði hann undir, og það var eins og hinum drengjunum þætti það eðlilegt, meira að segja Tumi eldri lét sig hafa það að Sturla sneri hann niður, – það var helst ef Sturla flaugst á við þann þriðja í bræðraflokknum, hann Þórð minn, að allt gat endað í blóði og illindum. Annars var Sturla sigurvegarinn, og pabbi hans horfði á, með hamingjuglóð í augum; Sturla var sonurinn sem allir feður vildu eiga.

En ég skal ekki segja, ég er auðvitað að tala um son minn, og mæður sjá kannski eitthvað sem aðrir verða ekki varir við ... En ég var alltaf örlítið smeyk við að gera of mikið úr því hvað hann Sturla væri hugdjarfur. Hann var það nefnilega ekki ... ekki alltaf, það fannst mér ekki. Auðvitað var hann foringinn í öllum leikjum, öllum uppátækjum með bræðrum sínum og öðrum drengjum, það var hann sem átti hugmyndirnar og uppástungurnar. En væri teflt í einhverja tvísýnu hafði hann lag á að etja öllum öðrum fram, en koma sér sjálfur undan. Og andspænis því sem gat virst erfitt eða jafnvel óyfirstíganlegt átti hann til að guggna, fallast hendur. – Einu sinni voru strákarnir að fikta með eld í tómum fjárkofa í túninu heima, og kveiktu í heyi eða moði á gólfinu, það fuðraði allt upp. Drengirnir urðu auðvitað allir frávita af skelfingu og gráti og það heyrðum við hin, og þustum til. Allir drengirnir höfðu samt forðað sér yfir gólfið og út, með ópum og óhljóðum, – nema

Sturla. Hann sat lamaður á kvíavegg inni í eldhafinu og hreyfði sig ekki, virtist ekki einu sinni heyra þegar við konurnar sem vorum heima æptum á hann að forða sér, grátbáðum hann að hlaupa út. Hann starði bara fram fyrir sig, opineygur og með slútandi munn og ég veit ekki hvernig þetta hefði endað, hverju ég hefði tekið upp á, ef hjá okkur hefði ekki verið staddur einn af Dugfussonum, líklega sá elsti, hann Svarthöfði, varla af unglingsaldri sjálfur, – en hann óð inn í bálið og greip drenginn minn og kastaði sér með hann út úr brennandi kofanum.

ÞÓRÐUR

■

Daginn þann ...

Ég sat að tafli þegar ég heyrði fréttirnar, sat og tefldi upp á peninga, einu sinni sem oftar.

Og var timbraður og illa haldinn. Kvöldið áður hafði endað í slagsmálum, æðislegum kráarbardaga, og drykkjan og slagsmálin sátu þannig í mér að ég hélt ekki að ég myndi lifa daginn af. Ég fékk svima af minnstu hreyfingu, hjartað barðist þungt og óreglulega og höfuðkvalirnar minntu á stálhúfu sem þrengir að enni og gagnaugum. Ég gat litlu haldið niðri, var þó kominn með einn bjór og þurfti að ljúka skákinni til að verða borgunarmaður fyrir öðrum.

Um morguninn hafði ég verið rifinn upp af dásvefni fyrir allar aldir, tveir menn komu inn þangað sem ég lá á gólfi í félagi við tvær ungar konur og hófu að stjaka óþyrmilega við mér með freklegum hrópum:

„Þórður! Þórður Kakali! Vaknaðu helvítis fyllibyttan!“ Og áður en ég var farinn að sjá skýrt var mér stjakað eftir löngum gangi og leiddur fyrir einn af hirðmeisturum konungs.

Sá var alveg einstakur leiðindakurfur og útblásið fífl. Hann átti garðinn þar sem ég gisti á nóttum, Hallvarðsgarð. Hirðmaðurinn níddi mig niður og baktalaði við alla sem heyra vildu, – og þeim fór reyndar fjölgandi – en honum var alveg sérstaklega í nöp við Íslendinga og ekki síst þá sem töldust til hinna meiri ætta þar heima. Sjálfur var hann skillítill maður, okrari og svíðingur, ófríður og væskilslegur, þótt hann ætti semsé þetta hús.

Og hann var byrjaður að hella yfir mig skömmum áður en ég vissi hvaðan á mig stóð veðrið, áður en ég var búinn að kyngja mestu ógleðinni, áður en ég var almennilega farinn að grilla umhverfið gegnum þoku drykkjusvefnsins. Allt var þetta svo óraunverulegt að mér varð það á að fara að hlæja, og það espaði hann um allan helming.

„Já þú heldur þig mann til að hlæja, Íslendings-afglapi! Góðir menn hafa reynt að halda yfir þér hlífiskildi, en mín skoðun hefur hinsvegar lengi verið sú að það ætti að reka þig héðan og það sem fyrst og siga á eftir þér grimmum hundum. Hérna ertu sjálfum þér til skammar og öðrum til ama. Og eftir það sem gerðist í gærkvöldi ertu alveg örugglega búinn með síðasta gálgafrestinn!“

„Gerðist eitthvað í gærkvöldi?“ varð mér á að spyrja, því ég var varla kominn til meðvitundar og var að reyna að fálma inn í myrkviði hugans, en þar var ekkert að sjá eða heyra nema staka bassatóna þegar verkirnir buldu á gagnaugunum.

Og við þetta æstist hann enn meir, fór að æpa að þar væri þessum Íslendingum rétt lýst, að telja það ekki til tíðinda að leggja heila veitingastofu í rúst, og berja svo gesti staðarins að fimmtán manns liggi eftir í blóðugu öngviti!

„„Og gerðist eitthvað?!“ spyr hann svo eins og fáráðlingur. Nei, þessu fólki þykir ekkert fréttnæmt undir því að hafa líf manna á samviskunni, helst fjölda manns, en kippa sér þó varla uppvið þannig smámuni.“

Og svona hélt hann áfram, fór að útlista alla mína galla og ávirðingar, að ég væri einskisnýtur drykkjuböðull og kvennaflagari, það gæti vel verið að bróðir minn og frændur væru taldir til mikilmenna þarna norður í höfum, en að sú vinsemd sem ég hefði notið fyrir þær sakir hjá sjálfum konunginum væri fyrir löngu þrotin og að allir menn þar á staðnum yrðu þeim degi fegnastir ef ég kæmi mér aftur heim til Íslands með næsta skipi, það væri staður sem sæmdi auðnuleysingjum, drykkjuræflum og slagsmálahundum, að ekki sé talað um þjófa þá og morðingja og drottinsvikara sem þangað hefðu í upphafi hrökklast, svo að af varð stórkostleg landhreinsun hér á heimaslóðum fyrir almennilegt og dugandi fólk ...

Svipaða ræðu hafði ég heyrt, og það nokkuð oft, en nú var mér farin að leika forvitni á vita hvað hefði gerst kvöldið áður, var loks farið að ráma í að hafa setið að drykkju og lent upp á kant við einhverja menn þar ...

„Barði ég fimmtán manns?“ spurði ég. „Berhentur og vopnlaus?“

„Ja,“ sagði ráðsmaðurinn, „mér er sagt að það hafi verið barist með hornum og skriðljósum. Og fimmtán manns lágu eftir í öngviti. Blóð og mjöður flæddu um brotin borð og bekki. Og nú munt þú verða krafinn um bætur, og ég veit að margir hyggja á hefndir, það geturðu verið viss um. Í rauninni er það óverðskulduð góðsemi af minni hálfu að ég skuli segja þér þetta allt. Eitt atvik af þesssu tagi í viðbót og þú munt verða fóthöggvinn og skúfslitinn og mega teljast góður að geta skriðið á handstúfum gegnum drulluna héðan áleiðis út úr plássinu!“

Svona byrjaði semsagt þessi eftirminnilegi dagur, hvað mig snerti. Eftir þessa yfirhalningu og eftir að hafa séð að stúlkurnar sem verið höfðu svo elskulegar að liggja mér til samlætis um nóttina voru á bak og burt þá laumaði ég mér inn á skálaloft þar sem óbreyttir hermenn héldu gjarnan til. Vildi láta lítið á mér bera að sinni ef einhverjir hygðust jafna metin og var örlítið farið að skána, búinn að koma niður þessum hálfa bjór án þess að selja honum upp, og sat að tafli við mann úr Suðureyjum sem lengi hafði verið viðloðandi konungsgarðinn, – hafði ráð hans öll í hendi mér þegar hér var komið sögu, búinn að skáka kónginn hans fram á borðið, sótti að honum með riddara og hrók, hann átti ekki marga leiki eftir. Og ég kominn í kæruleysisskap eins og stundum gerist, fannst ekkert illt framar geta hent mig, ekkert verra en orðið var ... Horfði á andstæðing minn við taflborðið, hann barðist við að finna leið út úr sínum ógöngum, sá að ég hótaði máti. Ég saup rólega á bjórnum, mér hlógu söngfuglar í brjósti.

Þá heyrðist hávært skraf frammi á ganginum, einhver var þar kominn sem hafði mikil tíðindi að segja, menn risu úr sætum eða úr fletum sínum til að heyra betur, þyrptust að háværa manninum sem hafði svo stórar fréttir að flytja. Skip var nýkomið af Íslandi, var rétt í þessu að koma inn á lendinguna niðri á bótinni, og skipverjar sögðu þær fréttir að fjölmennur bardagi hefði orðið á Íslandi, hroðalegt mannfall.

„Og þeir voru víst allir drepnir!“ sagði tíðindamaðurinn frammi á ganginum, háum og æstum rómi; „allir helstu foringjar Sturlunga voru drepnir, Sighvatur á Grund og synir hans allir!“

Ég neita því ekki að mér brá. Ég hafði vænst þess að heyra um lokasigur bróður míns yfir andstæðingum sínum, og nú sló mig aftur þessi svimatilfinning í gegnum timburmennina, að ég væri ekki þar sem ég var staddur.

„Sighvatur Sturluson var drepinn og synir hans allir," endurtók æsta röddin þarna frammi, – ég var næstum búinn að hrópa: „Ég er nú ekki dauður enn!" en ég hafði mig ekki í það. Og ég kom mér heldur ekki til þess að standa upp frá taflinu og fara fram til þeirra hinna og fá nánari fregnir. Því nú lék andstæðingur minn, hann lék kóngsleik, vék sér undan skákinni, en þetta var afleikur, nú var honum öllum lokið.

„Sturla Sighvatsson fór með herflokk í Skagafjörð til að ganga endanlega frá Kolbeini unga. En Kolbeini tókst ásamt Gissuri Þorvaldssyni að yfirbuga Sturlunga, og þeir voru stráfelldir! Það lagðist víst lítið fyrir kappana, þeir voru drepnir eins og hundar, leiddir til slátrunar í fjárrétt á Örlygsstöðum!"

Andstæðingur minn við taflborðið var líka farinn að gefa tíðindamanninum gaum. Mér fannst nær að hann hugsaði um taflborðið, og þær hörmungar sem þar héngu yfir höfðum hans.

Ég lék aftur. „Skák."

„Ríki Sturlunga liggur í rústum," æpti sá fréttaglaði. „Ættingjar þeirra og stuðningsmenn kváðu vera hundeltir og gripnir hvar sem til þeirra næst."

Andstæðingur minn bar fyrir sig biskup. En nærtækast hefði verið að gefast upp eins og málum var komið.

„Halldóra Tumadóttir, sem áður var auðugust íslenskra kvenna, hún er sögð ráfa um í flokki förukellinga, á snöpum á milli bæja norðanlands!"

Andstæðingur minn sperrti eyrun og horfði fram á ganginn, mér sýndist hann glotta. Andartak lá við að ég stykki á hann, því það var verið að hæðast að elskulegri móður minni, en hann áttaði sig ekki á því.

„Sighvatur var drepinn, og synir hans: Sturla, Kolbeinn, Markús og Þórður krókur!"

Nú hrökk andstæðingur minn við, hann leit snöggt á mig og augun urðu stór og undrandi, hann var að koma einhverju fyrir sig, – við höfðum lengi verið samvistum þarna í hermannaskálunum.

„Bíddu, ert þú ekki einn af þessum bræðrum?“

Ég lék hrók og sagði:

„Fleiru slátra Íslendingar en baulum einum.“ Kannski ekki sérlega fyndið, en það eina sem mér kom í hug. Fyrir utan það sem fylgdi hróksleiknum: „Mát.“

BJÖRN DRUMBUR

■

Ég veit það ekki …

Ég sá aldrei neina ástæðu til að guggna. En við guggnuðum. Eða gáfumst upp, ég sá aldrei neina ástæðu til að gefast upp. Og þó er ég kannski ekki að fullyrða að nokkur hafi hafi beinlínis guggnað eða gefist upp, það er ekki mitt að segja um það. En svona fór þetta í það minnsta, það veit ég þó, af biturri reynslu …

Það verður ekki annað sagt en að við áttum von á þeim, árásin var yfirvofandi, og við höfðum verið að bíða. Bíða og bíða … Það sló okkur auðvitað út af laginu að Kolbeinn skyldi vera flúinn úr Skagafirðinum með allt sitt lið þegar við komum þangað fyrst, því við ætluðum að ráðast að honum þar, tvístra hernum, gereyða síðustu mótspyrnunni í landinu, að því er við héldum. Og það er alltaf best ef hægt er að ljúka svona aðgerð í fyrsta áhlaupi, það er þægilegast, og jafnvel skemmtilegast, ef það er hægt ...

En þó hefur mér, og ég held okkur bræðrunum öllum; mér hefur alltaf líkað ágætlega að verjast. Jafnvel einn á móti mörgum, og jafnvel þótt maður standi höllum fæti, okkur bræðrunum hefur alltaf gefist það vel, því eins og Svarthöfði segir: „Maður verður svo djöfulli eitthvað sterkur þegar maður brjálast og öll sund virðast lokuð."

En að gefast upp, jafnvel þótt Kolbeinn og þeir hafi kannski verið ívið fleiri þegar þeir loks sneru aftur og birtust handan dalsins á hraðri reið niður hlíðarnar, ég veit það ekki ... Ég fann ekki til hræðslu, og heldur ekki Kolbeinn bróðir eða Svarthöfði, þeir verða aldrei hræddir, og við vorum þarna allir saman bræðurnir, og komnir til að berjast, þetta hefði getað orðið gaman ... Eða kannski ekki beinlínis gaman, en svona, alvöru bardagi ...

En foringinn, sjálfur Sturla Sighvatsson, okkar frækni leiðtogi, hvað var með hann? ...

Hann stóð þarna stjarfur og horfði á flokkinn nálgast. Og þá fann maður til ótta, það fór um mig hrollur. Því þetta var Sturla frændi, við fylgdum honum, ekki ætluðum við bræðurnir að grípa fram fyrir hendurnar á honum, því hann var foringinn, við bræðurnir höfum aldrei verið neinir foringjar, en við erum alltaf tilbúnir að berjast með okkar leiðtogum, aldrei hefur annað til okkar spurst. En þeir áttu auðvitað að ráða, Sturla og Sighvatur gamli pabbi hans, þeir áttu að fylkja liðinu, eggja menn til sóknar og varnar ... Að minnsta kosti Sturla, hann var herforinginn, Sighvatur reyndar orðinn gamall og hafði aldrei mikill bardagamaður verið, en mér fannst hann alltaf vera tignarmaður, hann var góður maður hann Sighvatur, hann var alltaf glaður og gamansamur við okkur bræðurna, ég hef aldrei kynnst betri kalli, hann var aldrei montinn og háfleygur eins og Snorri bróðir hans ...

Ég veit það ekki. Ég skil þetta ekki ... Ég var alveg tilbúinn að fórna mér fyrir Sighvat gamla, hann var sannur höfðingi, í stað þess að horfa bjargarlaus á er hann var fyrst barður og svo drepinn undir kvíarvegg; svo flettu þeir hann klæðum þessir úlfar og veltu náhvítu en blóðslettóttu líkinu um vellina, á línbuxum einum fata ...

Af hverju biðum við þarna hreyfingarlausir? Á ég að skilja það? Við vissum auðvitað að Kolbeinn ungi var að koma, við höfðum vænst hans um hríð, að hann kæmi norður heiðar með liðsstyrk að sunnan, Gissur og hans menn. Og við héngum þarna í brekkunni og biðum, þetta var ekkert vígi þetta helvíti, það var ekki eins og við hefðum valið okkur vígstöðu, haslað okkur völl. Þarna í helvítis helvíti. Við vorum fyrir löngu orðnir órólegir við bræðurnir, vorum svona að reyna að spyrja Sturlu hvort við ættum kannski að reyna að koma okkur upp virki, fara uppundir kletta þar sem aðeins væri hægt að sækja að okkur úr einni átt, sanka að okkur grjóthnullungum, með þeim einum saman hefðum við getað fellt allmarga ...

Ég vildi jafnvel halda á móti Kolbeini og þeim, því alla grunaði að þeir myndu koma sunnan yfir Kjöl, og Svarthöfði bróðir bar þetta undir Sturlu, hvort það væri ekki reynandi að mæta þeim á Kjalvegi. En Sturla var ekki viss, það sagði hann; að hann væri ekki viss um að þeir kæmu þá leiðina ... Og þótt raunin yrði sú að þeir kæmu yfir Kjöl þá er það að sönnu rétt að enginn gat verið viss um það fyrirfram, enginn vissi neitt, og það var í sjálfu sér nógu óhugnanlegt ... Dögum saman höfðum við verið að senda út njósnamenn, en enginn þeirra sneri aftur, það spurðist aldrei til þeirra framar, þetta var eins og að hrópa út í sortann en heyra ekki einu sinni bergmálið svara, þetta sagði Sturla, og þetta lagðist þungt á hann. Við biðum í þögninni, meira að segja mófuglarnir virtust hafa veður af miklum atburðum og þeir þögðu, og eftir á að hyggja finnst mér eins og sírennandi jökulvatnið í dalnum hafi einnig legið stillt. Og ekkert rauf þögnina, fyrr en Kolbeinn og Gissur birtust skyndilega á brúninni handan dalsins, með meira en þúsund menn undir vopnum, og svo hleyptu þeir æpandi niður hlíðarnar, nálguðust okkur yfir vötnin ...

Ég veit það ekki ...

Við hefðum vel getað varist. Við hefðum getað sigrað, ef við hefðum verið viðbúnir og einhver hefði fylkt liðinu. En menn hímdu þarna ráðvilltir og biðu skipana, sem aldrei komu ... Skildir voru meira að segja enn bundnir á hestana. „Er ekki rétt að segja mönnum að leysa skildina?" heyrði ég Svarthöfða spyrja, en hann er elstur okkar bræðranna, hefur orð fyrir okkur hinum óbreyttu. En Sturla svaraði ekki. Hann var sveittur í andliti og með rauða díla á kinnunum, undarlega kringileygður ... Svo gekk hann loks af stað inn í þessa fjárrétt, hún var ekkert vígi, hún var bara fjárrétt, ætluð fyrir sláturfé, og þangað eltum við leiðtogann, eins og afturgöngur fylgja sumum mönnum, mjökuðum okkur inn í réttina, eins og sláturfé ...

En þeir komu með veinum og ópum, og maður vissi varla fyrr en þeir voru komnir á okkur, ég var strax króaður af með nokkrum öðrum, margir menn réðust að mér aftan frá, það var sparkað í okkur og við lamdir, tekin af okkur vopnin, okkur var ekki sýndur sá sómi að vera drepnir í bardaga eins og hermenn. Sturla væflaðist þarna, með eitt gamalt og óstinnt málaspjót, náði varla að sveifla því í hálfhring áður en þeir voru farnir að stinga hann; þeir gátu leikið sér að honum, þeir skemmtu sér við að stinga hann í andlitið, gegnum kinnarnar, rífa út úr munnvikunum; þeir öfunduðu hann því hann var fríðari en aðrir menn, og svo kom Gissur og drap hann liggjandi …

Ég veit það ekki …

Það er hlegið að okkur hermönnunum sem lifðum af. Við vorum bara lamdir, það var hlegið að okkur, það féllu ekki nema tveir-þrír ræflar úr liði Kolbeins og Gissurar, og það var gerður að því mikill hlátur um allt land að þeir hefðu dottið um sín eigin vopn. Við skeindum engan. Ég var sleginn utan undir eins og óþægur krakki, sagt að snáfa heim. Og það sama bræðrum mínum …

Ég veit það hreinlega ekki …

Af hverju við drápum engan? Af hverju við börðumst ekki eins og menn? Af hverju við féllum að minnsta kosti ekki með sæmd? Af hverju Sturla bara beið eftir að verða drepinn? Ég veit það ekki. Hann skeit á sig, held ég …

ÞÓRÐUR

■

En mér varð samt mikið um þetta …

Fyrst var það hin óvænta tilfinning að eiga hvergi heima lengur. Í Noregi hafði ég þrátt fyrir allt og öll þessi ár litið á mig sem gest eða ferðamann, sem sneri heim fyrr eða síðar. Og hvenær sem mér sjálfum sýndist svo …

En svo vaknaði ég eina nótt í drykkjuþreytu eða timburmönnum við það hugboð að nú væri kalt skálaloftið í Niðarósi þar sem ég svaf innan um allskyns flækinga og auðnuleysingja mitt eina heimili. Ég ætti ekki að neinu öðru að hverfa. Þarna áttaði ég mig á því að ég hafði átt mér heimaland, stórt og gjöfult norður í höfum; skjól sem jafnan biði mín hversu illa sem ég klúðraði mínu lífi að öðru leyti, – en nú átti ég það ekki lengur. Og þetta hugboð fyllti mig miklu meiri ugg og óöryggi en ég hefði trúað að óreyndu.

Hitt, að nú var ég alveg peningalaus; ekki bara blankur um stundarsakir, eigandi bakhjarl í ríkustu fjölskyldu Íslands, heldur venjulegur eignalaus og skuldugur auðnuleysingi – það átti ég miklu léttara með að afbera.

Ég kom inn á drykkjustofuna, bað um bjór að venju, ætlaði að borga síðar, það hafði ég jafnan gert á endanum, það vissu menn. En veitingamaðurinn var hinn þverasti, þóttist ekki sjá mig, ég þurfti að þrífa í hann, og þegar ég heimtaði bjór spurði hann:

„Hvar eru peningarnir?"

„Ég á nóg af peningum heima á Íslandi," sagði ég, „þú veist það vel!"

„Ég veit ekkert um það," sagði hann. „Og þér að segja hef ég nú heyrt allt aðra sögu."

Loks aumkvaði hann sig yfir mig, lét mig fá einn bjór upp í skuld, ef ég lofaði að hypja mig svo.

Einn bjór. Og ég sem finn varla á mér fyrr en á tíunda.

Þetta var að verða heldur leiðinlegt. Ég var búinn að veðsetja megnið af mínu drasli, átti þó enn gríðarmikla skikkju forna, sem forfeður móður minnar höfðu átt. Hún vildi að ég eignaðist þessa flík, þessa skarlatsskikkju, og fyrir vikið hafði ég veigrað mér við að fara með hana til veðlánarans eins og annað, mamma hafði þurft að byrsta sig svo að Sturla bróðir minn fengi hana ekki eins og flest, hún vildi að „hann Þórður sinn fengi eitthvað".

Ég hleraði svo nánar um það sem gerst hafði heima, á „Örlygsstaðafundi", eins og blóðbaðið var kallað ...

Að Sturla bróðir skyldi fá stórlæti sitt og ofsa í hausinn, það þurfti kannski ekki að koma á óvart ef maður hugleiddi málin. Ekki síst í ljósi þess hvernig hann hafði áður svikið og prettað þá sem urðu hans banamenn, Kolbein unga og Gissur Þorvaldsson.

En að þeir skyldu drepa föður minn, og svívirða svo líkið, – fletta það klæðum og velta um brekkur og þúfur, undir hlátursorgum þessara varga, það hélt fyrir mér vöku margar nætur. Og hinir bræður mínir voru einnig drepnir, leiddir til slátrunar – Markús féll að vísu í bardaganum skildist mér, en hinir yngri, þeir Kolbeinn bróðir og svo litli nafni minn, Þórður krókur, þeir komust í kirkju var mér sagt, en voru dreittir inni. Kolbeinn ungi og Gissur sátu um kirkjuna þar sem bræður mínir hefðu átt að vera friðhelgir, en leyfðu þeim ekki að komast út að ganga örna sinna; létu þá kveljast inni í guðshúsinu, sem þeir vildu ekki saurga. Og er þeir loks hröktust út til að komast á kamar voru þeir hálshöggnir; eina náðin sem þeim var sýnd var sú að það var orðið við bón Kolbeins bróður míns um að hann yrði drepinn á undan svo hann þyrfti ekki að horfa upp á Þórð bróður okkar höggvinn, dreng vart af barnsaldri ...

Og ég var eftirlifandi, ásamt systrum mínum tveimur; önnur bjó norðanlands en hin fyrir sunnan, það var eflaust búið að ganga svo frá málum að þær gætu sig hvergi hreyft. Og svo lifði líka Tumi bróðir minn, Tumi yngri, – hann hafði aldrei þótt sérlega dugandi, maður heyrði ekkert af honum í þessum mikla slag, andstæðingarnir töldu sig líklega ekki þurfa að óttast hann.

Maður kom frá Björgvin þar sem Snorri föðurbróðir minn var, og hafði heyrt um atburðina. Hann hafði ort vísu sem hann sendi mér, um að nú lifðum við aðeins tveir af bræðrahópnum, úlfar og svín væru búin að reka afgang ættarinnar saman í hnapp, og snuðruðu í leifunum. Þetta kvæði frá Snorra var mér uppörvun, ég skildi hann svo að nú stæðum við saman. Það hvarflaði að mér að fara á hans fund og fá lánaða peninga svo ég gæti haldið áfram lífi mínu hér óbreyttu, en fannst það of lítilmannlegt, – allt í einu fór ég að finna til einhvers stolts í öllu þessu mótlæti. Ef ég slæddist þangað sem setið var að drykkju heyrði ég margar illgjarnar glósur frá mönnum sem ræddu um ósigur Sturlungaættarinnar á Örlygsstöðum, en hann var mjög umtalaður um þessar mundir meðal norrænna manna, – annars var tíðindalaust á flestum vígstöðvum. Að næturlagi fór maður einn drukkinn að hrópa þá sögu að liðsmaður Kolbeins unga hefði riðið heim af vígvellinum með spjót sem var orðið hlykkjótt allt og bogið. Og er hann var spurður hverju það sætti sagði hann spjótið hafa orðið svona er hann stakk föður minn Eyjafjarðargoðann: „Það bognaði svona á beinum goðans,“ sagði hann. Ég slóst þá nótt við alla sem hlógu að sögunni, alla sem voru þar í drykkjuskálanum. En það voru gleðisnauð slagsmál, mér var allt í einu farið að leiðast þetta líf, þetta slark, gerðist einrænn …

Ég heyrði að Snorri föðurbróðir minn hygði á heimferð, og fann að nú myndi ég bíða og sjá hvernig honum reiddi af. Hann hafði aldrei átt neitt sökótt við Kolbein og Gissur, nema síður væri, hann hafði aðallega staðið í stappi við Sturlu bróður minn. Næði Snorri að endurheimta eitthvað af fyrri völdum sínum og eignum gæti ég kannski snúið heim og dvalið um sinn í hans skjóli, – mig var allt í einu farið að langa til Íslands, og mér fannst ég þurfa að verða móður minni að liði, verða einhverjum að liði, í fyrsta sinn á ævinni …

En um sinn bauðst mér ekkert nema sama gamla slarklífið í Niðarósi, tafl og timburmenn, drykkja og slagsmál á nóttum, eða einveran, – ég ráfaði um og svalt.

ÞÓRIR JÖKULL

■

Hræðilegast í kirkjunni var það eiginlega að við vorum alveg í spreng; í hjarta mínu var ég hinsvegar sannfærður um að okkur þessum óbreyttu yrðu gefin grið, það var þrátt fyrir allt vaninn, þótt ég forðaðist að líta í átt til þeirra bræðranna, Sighvatssona; þeim hlaut að líða eins og dauðadæmdum mönnum, að hírast þarna í kirkjunni, með allan herinn fyrir utan, gráan fyrir járnum; morðóðir vargar á sveimi. Kolbeinn og Gissur áttu kannski mikilla harma að hefna á Sighvati og Sturlu og þeim Sturlungum öllum, en við hinir óbreyttu vorum bara bændur sem máttum standa upp og fylgja okkar foringjum í herfarir þegar þeir buðu svo; ég hafði áður lent í blóðugum stríðum, nú síðast í þeim illa Bæjarbardaga þarsem Sturla og við fylgdarmenn hans drápum þrjátíu menn, fæsta þeirra hafði ég áður séð.

En um þetta gat ég ekki svo mikið hugsað í kirkjunni því að hugsunin um að komast á kamar varð brátt öllum öðrum yfirsterkari; við sátum þarna margir eða stóðum, fölir í andliti og á iði, forðuðumst að líta á Sighvatssyni, annar var eiginlega barn, ég sá skelfinguna í augum hans. Enginn sagði neitt fyrst um sinn, svo kallaði Gissur höstum rómi og sagði mönnum að nefna sig sem inni væru.

Sturla skáld Þórðarson nefndi sig, hann er skynsamastur allra manna. Hann nefndi sig rólegum og sterkum rómi, þótt hann væri úr innsta hring Sturlunganna, bróðursonur Sighvats.

„Sturla Þórðarson," sagði Gissur, „kom þú út. Þú skalt grið af mér hafa."

Sturla leit yfir okkur hina, snörum augum. Þau festust við Ásgrím Bergþórsson. Svo kallaði hann til Gissurar að hann áskildi sér að fá að hafa Ásgrím með sér út í sömu griðum. Gissur játaði því strax. Og Sturla stóð upp og studdi Ásgrím með sér út. Hann var svo hrærður að hann gat varla gengið.

Uppi á kirkjuþakinu voru einhverjir menn, að minnsta kosti einn af Dufgussonum held ég, trúlega Kolbeinn grön frekar en Svarthöfði. Dufgussynir voru vígamenn og nafnkunnir fyrir dirfsku, og gátu ekki flúið inn í guðshús eins og alþýða manna. Mér heyrðist í það minnsta að Gissur byði Kolbeini Dufgussyni grið, en þessir bræður áttu inni greiða hjá mörgum. Og smám saman tíndust menn þannig út í griðum, nema við vorum orðnir sex eftir, Sighvatssynirnir tveir og við fjórir óbreyttir, og óttinn farinn að grípa um sig; mönnum var að verða brátt í brók af fleiri en einni ástæðu.

Ég fór loks í glugg og reyndi að sýnast óhræddur, kallaði til þeirra sem stóðu fyrir utan, má ég ekki koma? …

Nokkrir fyrir utan ypptu öxlum, ég fann að það var eitthvað á seyði, eitthvað undarlegt. Svo kom þar Klængur, einn af liðsforingjum Gissurar, og leit skörpum augum í andlit mér. Að baki hans var æstur maður skrækróma sem gægðist yfir öxl hans og hóf svo að hrópa: „Þetta er hann. Þórir jökull, hann drap bróður minn í Bæjarbardaga!“

Þetta sló mig eins og högg, ég í svip gleymdi því að ég þyrfti á kamar. Reyndi að sýnast eðlilegur, beindi máli mínu til Klængs.

„Hvað er þetta ...“ sagði ég, „hér, hver er þessi maður?“

„Hann drap bróður minn! Sló hann með hamri!“

Klængur sneri sér að honum:

„Hver var það aftur?“

„Guðlaugur Halldórsson! Guðlaugur ausuglamur! Þórir jökull dauðrotaði hann með öxarhamri! Og nú skal þess hefnt! Nú skal þess ...“

Klængur bandaði honum frá sér, benti honum að þegja. Klængur leit á mig, hann var greinilega þreyttur og uppgefinn.

„Varst þú í Bæjarbardaga?“

„Í Bæjarbardaga? Já, ég ... ég man ekki eftir ... ég hef aldrei heyrt um þennan Ausuglam getið.“

Klængur hvarf á braut. Við biðum í þögn og skelfingu sex saman inni í kirkjunni.

Það er farið að kvölda. Þeir eru búnir að marghóta að brenna kirkjuna ef við göngum ekki út, segja hana óvígða af dvöl okkar illmennanna. Kolbeinn Sighvatsson er margbúinn að bjóða allt sem mætti verða sér til lífs, að fara úr landi og koma aldrei aftur, láta eftir allar sínar eignir. En hefur ekkert uppskorið nema kuldalegan hlátur. Það er eins og allt sé frosið fyrir utan, það er líkt og að fálma í ísvegg að ætla að ná sambandi við þá sem þar standa. Ég hef reynt að spyrja um mín mál, en er mætt með hæðnisglottum.

Hermundur Hermundarson situr við hlið mér, hann er farinn að snökta. Þurrkar sér um andlit með ljósu síðu hárinu. Það er vond lykt af honum, ég færi mig fjær.

Kolbeinn hrópar til þeirra fyrir utan að við séum að koma, ætlum á náðhús. Því er ekki svarað. Við heyrum einhvern umgang við fordyrið. Kolbeinn bendir þeim yngsta okkar að opna, hann dregur brand frá hurðinni og ýtir henni varlega upp. Fyrir utan standa þeir í tveimur röðum og renna á milli, heiðursvörður á kamarinn ...

Sárir menn lágu í skálanum við kamarinn, menn úr okkar liði í griðum. Einhver hrópaði undrandi og glaður:

„Eigið þið líka að sleppa?!"

Svo sá hann svipinn á bræðrunum og okkur hinum, varð vandræðalegur. Allir hinir litu undan. Einhver snökti, ég held það hafi verið Hermundur með hárið ...

Það er búið að drepa bræðurna og tvo til. Höfuðin skilin frá búkum tveggja þeirra, og mannpartarnir liggja þarna í kös við lágt gerði. En ég trúi í hjarta mínu að mér verði þyrmt, ég finn á mér að ég á líf fyrir höndum; mér var sagt það ungum að ég myndi farast á sjó. Og mig hefur oft dreymt um þann dauðdaga, og meira að segja ort vísu um banastund mína á sjó, hetjudauðdaga. Hermundur hágrætur og kastar sér fyrir fætur manna, biður sér lífs. En menn eru útkeyrðir, vilja ljúka þessu af, og öll tilfinningasemi gerir menn illa í skapi. Honum er hrint á gerðið, og nú er eins og honum skiljist að hann á sér ekki lífs von. Strýkur allt hárið frá hálsinum og upp með höfðinu, vill ekki að það saurgist af blóði. Þarna kemur nýr böðull og tekur við öxinni; þetta er mikið vopn, Sighvatur gamli átti hana, kallaði Stjörnu ... Þarna stendur sá skræki við hlið böðulsins, eins og hann sé að bíða eftir að röðin komi að sér. Hver var aftur þessi maður, bróðir hans, Guðlaugur ... Jú eitthvað man ég eftir honum ...

Það dugði Hermundi lítið að kneppa frá sér hárinu, fyrsta höggið kom í höfuð hans neðan við hnakkann, ég held það sé banasár, blóðið spýtist yfir allt höfuðið og andlitið. Mér er hrint á gerðið, það er orðið hált og blóðugt. Sá skræki er kominn með öxina í hendur, nú man ég ljóslifandi eftir bróður hans, undrunarsvipnum á andlitinu áður en hann steyptist til jarðar, nú man ég eftir öllum andlitum sem ég hef séð í návígi, í orrustum, nú man ég eftir öllum andlitum sem ég hef séð um ævina, þau þyrpast að mér, þau horfa öll í augu mín, þetta er góðs viti, og vísuna man ég, rétti upp höndina, kveð mér hljóðs: „Upp skaltu á kjöl klífa“ – Nú jæja, þetta kemur kannski ekki málinu við … „köld er sjávar drífa“ – En nú kemur æðruleysisbænin: „Kostaðu huginn að herða / hér muntu lífið verða.“ Og ég finn mér til hamingju að þetta mun verða mér til lífs, allar kaldranalegar hlátursrokur eru þagnaðar, maður sem bregst svona við bráðum bana, hann mun fá að lifa, þótt grátkonur eins og Hermundur séu drepnar, ég finn röddina styrkjast, seinni hluta vísunnar flyt ég sigri hrósandi, ég flyt hana vel, ég finn ég er í stöðu gömlu skáldanna á borð við Egil á Borg sem ortu sér höfuðlausn, og síðust hendingarnar hljóma eins og fagnaðaróður: „ást hafðir þú meyja / eitt sinn skal hver deyja“ og ég finn að ég mun senn reistur upp af þessum höggstokk, manni sem fer með svona vísu verður hl…

HÁLFDAN Á KELDUM

■

Það er auðvitað ekki mín skoðun, öðru nær, en þeir eru stundum að tauta um það hinir bændurnir, sérstaklega þeir smærri kannski, að það sé harla mikil ánauð sem fylgi flokkadráttunum í landinu og þessum stríðum á milli stóru ættanna. Nú, auðvitað tek ég ekki þátt í svona hjali, þetta eru viðhorf lítilmenna, þeirra sem hafa asklok fyrir himin, – það eru mest smábændur og kannski stöku menn sem eiga meira undir sér en eru af litlum ættum sem eru eitthvað að barma sér yfir því að vera rifnir upp af búum sínum hvenær sem er til að fylgja sínum höfðingja í herför, í fjarlægan landsfjórðung til dæmis, ef þannig ber undir, sem er náttúrulega nokkuð oft, það þýðir svosem ekkert að neita því, þótt ég sé auðvitað yfir svona kjaftæði hafinn, þetta eru bara bændur að barma sér, – bændur eru alltaf að barma sér. En það breytir því ekki að maður getur svosem kannski skilið kallagreyin, sem eiga kannski engan sérstakan hlut að deilunum í landinu, og það skiptir þá kannski litlu hvað sá höfðingi heitir sem hefur undirtökin hverju sinni – sjálfir hafa bændurnir í hæsta lagi ekkert að vinna en hinsvegar öllu að tapa, það er að segja lífinu, því eru menn að hætta til í þessum herförum, ég get alveg viðurkennt það og jafnvel skilið, það er það sem ég er að segja. Og undarleg sú árátta að vilja með öllu móti snúa út úr svo einföldu viðhorfi …

Nú, og margir hafa svosem drepist, hundruðum saman hafa þeir verið að falla búandkallarnir, mér finnst eðlilegt að þeim sárni það. Þótt að sjálfsögðu gildi allt annað um sjálfan mig, enda hef ég aldrei tekið þátt í þessu bulli. Og þeir sem vilja halda því fram að ég hafi verið að tala í þessa veru, þeir skulu gjöra svo vel og leiða fram vitni! Ég fer ekki fram á annað. Og þá er ég ekki að tala um vitnisburð einhverra hálfdrukkinna bænda sem maður hefur svona verið að gera sér glaðan dag með, eftir erfiðar réttir eða kannski eftir kaupstefnur þegar menn vilja aðeins lyfta sér upp, og þá fer maður auðvitað ekkert að rífast við menn, jafnvel þótt maður sé þeim algerlega ósammála. Sem ég auðvitað er, því maður verður að fylgja sínu fólki þegar sverfur að, fylgja sínu tengdafólki, því ég er þrátt fyrir allt og hvernig sem á málin er litið kvæntur inn í kviku aðalættarinnar, Sturlunganna, hún Steinvör mín elskuleg eiginkona sem er drenghörð í lund á ekki langt að sækja það, verandi dóttir hans Sighvats heitins Sturlusonar og systir hans Sturlu heitins og þeirra bræðra, sem allir voru vegnir á Örlygsstöðum norður í Skagafirði, hvað sem þeir voru að gana þangað … Sem ég segi auðvitað ekki svo hún Steinvör mín heyri, það myndi nú eitthvað hvína í minni ef hún frétti að ég væri að taka undir með þessum kurr sem óneitanlega er samt í mönnum, við skulum ekki loka augunum fyrir því ... En það eru mest smáir menn og skillitlir sem vilja bara fá frið til að yrkja sína jörð og annast sinn bústofn og fæða og klæða sína kellingu og sín börn, og í mínum augum er það reyndar ekki með öllu óskiljanlegt sjónarmið, – það er að segja fyrir þá menn sem eiga sér engar aðrar hugsjónir og enga aðra drauma í lífinu en bara þetta, brauðstritið og svona og kannski vöxt og viðgang sinna búa ... En það gegnir allt öðru máli um mig, ég á mér að sjálfsögðu stærri markmið, ég var af einhug með í hugsjónum hennar Steinvarar minnar og hennar fólks, tengdafólksins, – Sturlunganna. En það fór nú bara eins og það fór með draumsýnir Sturlunganna, allt var það drepið og troðið í svaðið á Örlygsstöðum, og hafi einhver, og ég segi einhver, bara hver sem er, heyrt mig segja eitthvað í þá veru eftir þá atburði að við bændur værum þá um sinn að minnsta kosti lausir undan þeirri kvöð að þurfa að henda frá okkur amboðum og verkefnum hvernig sem á stæði, jafnvel um háannatímann, eða miðri sláturtíð (hún er trúlega vinsælust til árásarferða, – á haustin eru vatnsföllin grunn) þá hefur það dottið upp úr mér meira til gamans, því ekki vill maður vera sífellt ósammála sínum vinum og nágrönnum og spilla gleði manna sem eru kannski að súpa á drykk og reyna að lyfta sér upp, – og þá hef ég líka verið að ræða málin í þessu samhengi sem við öllum blasir, að stríðinu er lokið, því lauk á Örlygsstöðum. Ég skil ekki í öðru en að það hljóti að vera öllum ljóst, að minnsta kosti innst inni, meira að segja henni Steinvöru minni sem er þó herskárri en flestir karlmenn, það má hún eiga, hún er kempa. En faðir hennar er samt dauður og líka allir bræður hennar, nema afturúrkreistingurinn Tumi, og svo reyndar Þórður Kakali, ef hann er enn ofar moldu ...

En það er nú bara þannig með Þórð að þótt hann hefði

kannski getað orðið að manni í lífinu þá er hann fyrir löngu búinn að sólunda öllum kröftum sínum og sömuleiðis bæði mannorði og fé í drykkjuslark og ólifnað, um það ber öllum saman sem til hans þekkja eða hafa til hans spurt. Svona er nú mannvalið á þeirri ættargrein. Auðvitað yrði ég manna glaðastur ef mitt tengdafólk næði sér aftur á strik, ég myndi fagna manna best og einlægast, en svona er þetta nú bara, og stóryrði og svigurmæli fá því ekki breytt, fremur en umfang og raup.

ÞÓRÐUR

■

Ég átti fárra annarra kosta völ um sinn en að reyna að haga mér skikkanlega, – ég tefldi lítið og drakk enn minna. Það var ekki skemmtilegt líf, en einhvernveginn var kjarkurinn ekki jafn óbilandi og verið hafði alla tíð, eða öllu heldur viljinn til óláta, – allt í einu var mér farið að finnast að fátt gæti verið ómerkilegra en kráarbardagi, um ekki neitt ... Ég segi ekki að ég hefði farið að biðja mér vægðar andspænis einhverjum fylliröftum, en mér þótti lífið vera að verða óspennandi, var meira að segja að verða áhugalítill um konur eins og gamall geldingur, – hvarflaði jafnvel að mér að ganga í klaustur ... Svo var ég að bíða eftir einhverju, eða svo fannst mér, ég vissi nefnilega að Snorri föðurbróðir minn væri á heimleið. Og hann var höfðinginn í ættinni, hann hafði aldrei sýnt mér annað en vinsemd, og ég var að gera mér í hugarlund að ég gæti senn kvatt leiðindin og útlegðina í Niðarósi og snúið til Íslands í skjóli Snorra þegar hann væri búinn að festa sig í sessi, – gæti svo farið að gera tilkall til eigna föður míns, eða að minnsta kosti hluta þeirra, ég þurfti ekki svo mikið, – í Noregi átti ég varla fyrir mat, svo kröfurnar voru ekki stórar ... Og landsyfirráð eins og Sturla bróðir minn hafði látið sig dreyma um, ekkert var mér fjarlægara, fátt þótti mér minna eftirsóknarvert en að þurfa að blandast inn í allar bændaerjur landsins, óvinir Sturlu máttu ráða því sem þeir vildu mín vegna, ég hefði frekar kosið mjaðartunnur djúpar og góðan mat og skemmtilega drykkjubræður og fagrar konur ... Móður minni varð ég auðvitað að liðsinna ef rétt var hermt að hún væri orðin hálfvönkuð af þessu öllu, ekki gat ég látið hana ráfa um eins og förukonu, eins og beiningarmanneskju, hvaða sonur getur látið slíkt viðgangast? Mér bar auðvitað að hefna föður míns eftir því sem færi gæfust, en ég var samt tilbúinn að taka sáttum – og einhvern hluta þeirra eigna og þeirrar virðingar sem fjölskyldan hafði notið varð ég auðvitað að reyna að endurheimta, annars var sómi minn enginn, mannorðið lítils virði, enn minna virði ...

Svona var ég að hugsa þennan vetur sem ég barðist við leiðindi og svartsýni úti í Noregi og beið átekta, beið fregna að heiman. Öðru hverju var ég að segja sjálfum mér að brátt myndi allt skána, það gæti ekki annað verið, ég þyrfti bara að heyra hvernig Snorra frænda hefði reitt af, svo myndi ég slá einhvern fyrir fari til Íslands, og fara þangað með friði, fyrir alla muni, með friði ...

Svona getur maður verið fáránlega heimskur.

Því það frétti ég næst frá Íslandi að þeir hefðu líka drepið Snorra Sturluson.

Gissur hafði sent morðingja og flugumenn heim í Reykholt til Snorra, þeir eltu skáldið niður í kjallara og hjuggu hann þar. Og sögunni fylgdi, eins og ég heyrði hana, að Gissur hefði þarna unnið í umboði Noregskonungs, Snorri hefði brotið gegn vilja hirðarinnar með því að fara út til Íslands í leyfisleysi, og einhverjir sögðu að fyrr eða síðar kæmi Gissur hingað til Niðaróss og yrði aldeilis boðinn velkominn, maðurinn sem hefði nú kennt öðrum Íslendingum, háum sem lágum, hvað það kostaði að óhlýðnast boðum Noregskonungs, – það var pískrað við hirðina að Gissur yrði að launum gerður að jarli yfir Íslandi, hann yrði umboðsmaður konungvaldsins þar, ekki leist mér á blikuna.

Kallskrattinn hann Snorri. Ég vona að honum hafi tekist að klára söguna sína, um hálftröllið og bóndakurfinn Egil sem svo eftirminnilega sneri á Noregskonungana.

En ef þeir víla ekki fyrir sér að spaðhöggva Snorra Sturluson í kjallaranum heima hjá sér, hvað gera þeir þá við ræfla eins og mig?

KOLBEINN UNGI

■

Tveir menn komu hingað að Flugumýri í gær, tveir bændasynir úr Miðfirðinum, höfðu bangað saman drápu handa mér, vildu fá að gerast hirðmenn mínir.

Ég bauð þeim inn. Gat ekki annað en hlegið. „Þið eruð gamansamir, piltar.“ Sagði ég. En þeir voru það ekki, gamansemi var þeim ekki í hug eða náttúru, þetta voru ólseigir menn, baraxla af útróðrum og erfiði, vildu verða hetjur. Ég hlustaði á drápuna, mér til gamans, þarna var allt vafið í kenningar, bardaginn á Örlygsstöðum, ég hinn ódeigi foringi samkvæmt drápunni, hinn mikli herstjórnandi; það var reyndar Gissur sem var yfirforinginn, það var samkomulag okkar, og reyndar var allt nokkuð orðum aukið, hinir himingnæfu valkestir og orrahríðin bálhvöss sem þeir lýstu í drápunni, því að í rauninni varð þar aldrei sá bardagi sem efni stóðu til, – en ég lét þetta gott heita, þeir vildu vel þessir bændasynir, það mátti hafa sitt gaman af þeim. Ég lét búa okkur veislu við langeld, heilsteikti kið, kallaði á fleiri menn af bænum og við drukkum fast, ég sagði sögur og piltarnir hlustuðu opinmynntir fram undir morgun, svo gaf ég þeim fingurgull í skáldalaun. En í dag þegar við vorum allir komnir á kreik sagði ég þeim að fara heim til sinna búa, finna sér kellingar og byrja að hokra, ég væri enginn vígamaður eða landstjórnandi, hvað þá fursti eða jarl, ég væri bara bóndi, dreymdi um að vera skáld og fá að yrkja mína jörð í friði og kveða lof mínum himnasmiði líkt og föðurbróðir minn Kolbeinn eldri, – þakka ykkur fyrir strákar mínir, ég læt vita ef ég þarf á ykkur að halda.

Ég var að vísu yfirmaður þessa lands og lýðsins eftir að Gissur fór utan og seldi mér í hendur forráð yfir sínum helmingi ríkisins, en til að geta með réttu kallast herstjóri og jarl hefði ég þurft einhvern vísi að hirð og her, ekki bara óskipulagðan flokk bænda sem var kvaddur upp í sveitunum í kring, og var í meðallagi fús til víga; mörgum var ofar í hug að sinna búum sínum og skepnum og mátti jafnvel skilja það. En Sturlungarnir hófu þetta stríð og það snerist upp í baráttu þarsem aðrir hlytu að falla, þeir eða við hinir, – og þeir féllu. En sér í lagi eftir slysið þegar ég næstum hálsbrotnaði og kostaði mig æ fleiri kvalafullar vökunætur leitaði sá þanki á mig að best hefði verið að fá að lifa í friði, – friði fyrir manndrápum og limlestingum og eilífum yfirvofandi hefndum.

Allt þetta blóð, öll þessu andlit tryllt af skelfingu; menn sem eru grátandi leiddir til höggs, höfuð að hjakkast frá búkum, barkar sem slitna, gamalmenni handhöggvin, þetta ásækir mig stöðugt og æ verr á dimmum nóttum.

Eftir Örlygsstaðafund átti þessu eiginlega að vera lokið, því þar höfðum við sigur; svo fullan sigur að andstæðingar okkar áttu ekki lengur að geta verið skeinuhættir, – það var þess vegna sem ég féllst á nauðsyn þess að yngri synir Sighvats yrðu höggnir; náfrændur mínir, ungir menn og fríðir, en með þá úr sögunni fannst mér að þar með væri öllum ófriði lokið, við hér í landinu gætum lifað í friði og yrkt okkar jarðir. Tuma yngri óttast ég ekki, það er í lagi að láta hann eiga sig, og Sturlunga á borð við þann fróða Sturlu Þórðarson er ástæðulaust að hræðast, hann mun ekki efna til herfara.

Það er bara Kakalinn, hann gæti orðið til vandræða. Ég hef að vísu heyrt að hann liggi í auðnuleysi og vesöld úti í Noregi, en hann væri til alls vís ef hann léti renna af sér og kæmi heim. Að vísu ætti hann ekki að fá miklu áorkað, en allur er varinn góður; ég hef því mælt svo fyrir að hvar sem hans verði vart eða til hans spyrjist við skipakomur, þá skuli ég látinn umsvifalaust vita. Hvenær og hvar sem skipa er von að utan eru menn á verði, og sjáist til Þórðar vil ég helst að hann verði höggvinn strax við landtökuna; að skreipur þarinn undir fótum hans og sverðseggin á hálsi hans verði það eina sem hann fái að kynnast af ættlandi sínu, það augnablik er iljar hans snerta fjörugrjótið.

BJÖRN DRUMBUR

■

„Ég fer úr landi,“ sagði Kolbeinn bróðir. „Hérna lifir maður bara við skömm.“

Svarthöfði bróðir var greinilega á sama máli, ég sá það á því hvernig hann varð grettinn í andliti, eins og hann verður jafnan er hann heyrir eitthvað sem honum finnst vera óþægilegt, en veit að er satt.

„Ég veit það ekki ...“ sagði ég.

„Hvað veistu ekki?“ spurði Svarthöfði, og leit á mig með bitru glotti. „Að við lifum við skömm; er það það sem þú ekki veist?“

„Nei, ekki endilega ...“ sagði ég, „það er ekki endilega það sem ég ekki veit. Ég veit bara ekki hvort mig langar til að fara úr landi, það er ekkert sem mig langar til að fara.“

„Víst er það svo að best væri að vera hér heima,“ sagði

Svarthöfði. „Eins og þið vitið hef ég mestan hug á að gifta mig, fara að búa með minni heitkonu. En kannski var manni það aldrei ætlað. Ætli það sé ekki hlutskipti manns að vera eilífur förufálki; ætli maður eigi annan kost en þann að halda í Miklagarð og gerast þar væringi. Við erum hermenn.“

Ég hélt áfram að malda í móinn; í sannleika sagt hryllti mig við tilhugsuninni um að fara héðan og eitthvað langt yfir allt hið úfna haf; hér voru mínir heimahagar, það land sem ég þekkti.

„Það er trúlega kominn tími til að maður ákveði að láta aldrei framar blanda sér inn í deilurnar í landinu,“ sagði ég. „Það er mál margra góðra bænda að best væri að þeim lyki að fullu og öllu. Maður ætti að yrkja sína jörð, eignast börn og buru.“

Þessa ræðu hafði ég verið lengi að semja, og æfa í huganum.

„Og lifa stöðugt við þá ógn að Kolbeinn eða Gissur komi og drepi þig?“ spurði Kolbeinn bróðir.

„Hversvegna ættu þeir svosem að drepa mig?“ spurði ég. „Ég veit það ekki ... þeir hefðu þá getað verið búnir að því ...“

„Það er rétt sem Kolbeinn bróðir segir, að þetta er ekkert líf,“ sagði Svarthöfði. „Að lifa uppá náð og miskunn óvina sinna, sigraður maður. Þá er eins gott að vera dauður. Hinn bitri sannleikur er sá að okkar lið hefur tapað stríðinu. Sturlungar eru forystulausir. Sturla Þórðarson er að vísu vitur maður og hygginn, en ekki mun hann gerast herforingi. Eða Ólafur bróðir hans hvítaskáld.“

„Og Sturla Sighvatsson og bræður hans eru dauðir,“ bætti Kolbeinn við.

„Ekki Tumi yngri,“ sagði ég sisvona því ég hafði hitt Tuma yngra fyrir skemmstu. „Hann er ekki dauður.“

En þá hlógu báðir bræður mínir, þeir hlógu lengi en þó biturlega.

„Tumi yngri! Viltu fara í stríð með hann sem leiðtoga?" sagði Svarthöfði loks, og þá sprakk Kolbeinn aftur; drykkurinn sem hann hafði sopið á eins og til að kæla sig eftir hláturskviðuna stóð í boga út úr honum.

„Nei," sagði ég aðeins beisklega, því þeir voru auðvitað að hæðast að mér. „Ég er bara að segja að þeir Sighvatssynir hafi ekki allir verið drepnir. Hvað með Þórð Kakala? Hann var á lífi úti í Noregi síðast þegar til hans spurðist."

Og bræður mínir fundu að nú var komið nóg af kaldhæðni og Kolbeinn hætti að hlæja, þurrkaði sér um munninn. Og Svarthöfði gerðist alvarlegur og hugsi.

„Já," sagði hann; „Kakalinn. Ef hann kæmi mætti kannski hugleiða hvort eitthvað væri til ráða. En ekki er ég trúaður á að hann komi til Íslands, hann er ekki svo vitlaus. Hann veit líklega sem er að hann yrði höggvinn af mönnum Kolbeins unga og Gissurar Þorvaldssonar á því augnabliki er skip hans kenndi grunns og hann stykki frá borði."

ÞÓRÐUR

■

Kaupmannsskip var þar á firðinum að búa sig til Íslands, lesta bjór og mjöð og eitthvað fleira. Ég fór þangað og talaði við stýrimanninn, Jón Lindiás. Bað um að fá að sigla með.

„Við siglum fyrir kaupmenn,“ sagði hann; „við siglum með það sem greitt er fyrir. Áttu peninga?“

Hann gjóaði stöðugt til mín augunum með forvitni í svipnum, en forðaðist augnaráð mitt, eins og ég væri dauðamaður, eða líkþrár og kaunum sleginn. Skyldi hann þekkja mig?

„Ég á nóg af peningum heima á Íslandi,“ sagði ég, „þú þarft ekkert að óttast.“

Og þá kom það, – hann vissi hver ég var.

„Ertu viss um að þitt fólk eigi peninga lengur?“ sagði hann. „Annað hef ég heyrt.“

Þetta var fáránlegt og hann vissi það vel, – ég átti systur, frændur og mága sem myndu borga fyrir mig. En hann vildi helst ekki flytja mig, eins og hann óttaðist að blandast inn í vandræði, tók ekki í mál að ég fengi far nema ég greiddi fyrirfram, hélt þar með að hann væri laus við mig.

Ég fór að reyna að skrapa saman peninga, slá smálán hér og þar hjá vinum sem enn voru ekki búnir að snúa við mér baki, og svo neyddist ég til að fara með skikkjuna rauðu til veðlánarans.

Hann velti út rykföllnum stranganum, skoðaði flíkina, hún var vissulega örlítið mölétin hér og þar. Hann varð mæðulegur á svip, hristi höfuðið.

„Þetta er dýrgripur!" sagði ég.

„Jæja?" sagði hann lífsþreyttur á svip.

„Hún hefur lengi fylgt minni ætt!"

„Ja, því trúi ég svosem," sagði hann og brosti enn þreytulegar.

En svo varð hann vinsamlegri. „Mér er ekki illa við þig, Íslendingur," sagði hann. „Við höfum lengi verslað hvor við annan, og ég veit hvernig komið er fyrir þinni fjölskyldu."

„Fiskisagan flýgur," sagði ég.

„Já ég frétti margt," sagði hann. „Næstum allt. Ég hleraði það síðast í gær að annar af banamönnum föður þíns og bræðra væri væntanlegur hingað til að ráðgast við konung. Heitir hann ekki Gissur?"

„Jú, það gæti verið," sagði ég.

„Nú læt ég þig fá peninga fyrir þessa skikkju," sagði veðlánarinn, „ekki af því að ég muni hagnast á því, heldur vegna þess að við höfum lengi átt ágæt viðskipti og ég held ekki að þér sé hollt að dveljast hérna lengur."

Og með þetta gat ég öslað út í sjóbúið skipið hjá Jóni Lindiási morguninn eftir, og honum var ekki stætt á öðru en að leyfa mér að fljóta með þegar ég taldi fram sjóðinn.

GUÐNÝ STURLUDÓTTIR

■

Eins og hún mamma hafði verið sjóveik á leiðinni til Noregs var heimförin að því leyti verri að hún var svo vansæl og vonlaus og lá bara fyrir að mestu og vildi helst við engan tala og við systurnar lágum hjá henni og reyndum að draga í okkur ylinn og sinna henni og okkur eftir því sem færi gafst. En svona hafði þetta verið frá því að pabbi og afi og frændur okkar dóu og allt lífið breyttist og fátæktin sótti okkur heim að Sauðafelli, og þótt móðir okkar væri að bera sig vel fyrst á eftir og reyndi að heimta rétt sinn og eigur þá hafðist víst ekkert upp úr því. Og nú vorum við aftur að sigla heim, eftir erindisleysu, höfðum ætlað að vera veturinn í Björgvin en svo var allt í einu ákveðið að ná þessu skipi frá Niðarósi og það var með naumindum að við næðum um borð eftir stranga ferð með báti milli skerja og eyja og Þuríður litla systir aum og grátandi og hún vildi fara heim og kallaði á pabba þegar mamma sussaði á hana, hann átti að koma og hugga, eins og hann hafði alltaf gert ...

Og á skipinu var allt í einu þessi frændi, glaður og hávær og brosandi, þreif okkur börnin í fangið og lét okkur umsvifalaust fara í kleinu og fljúga, og gretti sig og hló og litla systir fylltist við þetta enn meiri tryllingi og stóð á öndinni af gráti og skelfingu og ekki mundi ég eftir að hafa séð þennan mann þótt hann þekkti mig strax með nafni og segði: „Ætlarðu að segja mér að þú munir ekki eftir frænda Kakala?!" Jón bróðir mundi eftir honum, hann er líka elstur, – sagðist hafa heyrt það sagt að það væri „eilíft óstand" á þessum Þórði frænda, sem var svona rosalega hávær og alltaf þessi sláttur á honum, – hann gat aldrei setið kyrr og við sáum aldrei að hann svæfi eða legði sig, – hvort sem við lágum fyrir í dagsbirtunni eða við vöknuðum á stjörnubjörtum nóttum var hann á kreiki, einn eitthvað að bauka eða að láta skipsmennina hlæja, – og það, ásamt því hvað viðraði vel og siglingin gekk greitt, var mikil raunabót, – úr því móðir okkar var svo aum, – að hafa frænda því hann bar okkur mat og vatn og kom með þurra feldi svo okkur yrði ekki kalt, og smám saman hætti litla systir að vera hrædd, hún fór að hænast að frænda, vildi helst alltaf vera hjá honum – kannski fannst henni hann minna á föður okkar þótt ekki þætti mér þeir vera líkir, Þórður frændi var einhvernveginn stórmynntari og dekkri og úfnari og stóreygari og svo var hann hruflaður og öróttur – og hláturinn og röddin, þetta var eitthvað svo stórt allt ... Og ég var með undarlegan ugg í brjósti og fann votta fyrir einhverjum hryllingi í hvert sinn er hann bar fyrir augu mín eftir að ég heyrði mömmu stynja með sjálfri sér: „Hann veit ekki að þótt hann sé ekki dauður enn þá er hann það samasem."

ÞÓRÐUR

■

Ég hafði notið þess gegnum óvissuna og einhvern dulinn beyg að horfa til lands, – Íslands. Nú voru liðin tvö dægur frá því blá fjöllin sáust fyrst við sjónarrönd, og þá kviknaði þegar einhver óvænt gleðikennd, sem ég hafði ekki fundið til í mörg ár. Mér fannst ég vera að koma heim til mín ... Þótt ég ætti auðvitað ekkert heimili á þessari köldu eyju og þar biði mín enginn griðastaður, þá varð sú tilfinning sterkari eftir því sem við nálguðumst meir að þarna heyrði ég til, og hvergi annarsstaðar. Austfjarðafjöllin risu skörp og há og inni á milli þeirra glytti í djúpa firðina; það var stýrt eftir landsýn norður með og ég lá úti við bakborðskinnunginn og horfði dreyminn á fjöllin og andaði að mér ilmi þeirra er ég taldi okkur hafa veður af landi. Ég gaf mig ekki meira en þurfti að förunautum mínum sem voru aðallega norskir kaupmenn auk skipverjanna, svo voru nokkrir farþegar og þar á meðal Solveig mágkona mín, ekkja Sturlu heitins bróður og með þeirra börn, ég reyndi að létta þeim lífið á siglingunni yfir úthafið en ætlaði ekki að auka á hennar vandræði með því að vera í slagtogi við hana er við tækjum land. Hún hafði farið utan til að tala máli sínu við norska fyrirmenn, hana vantaði liðsinni voldugra manna gegn yfirgangi og óbilgirni Kolbeins unga og Gissurar Þorvaldssonar, en henni hafði ekkert orðið ágengt. Hún var mjög skekin og slegin yfir þessu öllu, kveið heimkomunni, ekki síst fyrir mína hönd – hún virtist halda að þeir Kolbeinn og Gissur væru staðráðnir í því að láta ekki þennan eftirlifandi Sighvatsson komast upp með að stofna til ófriðar og illdeilna í sínu ríki. En ég var ekki jafn áhyggjufullur og hún, því ég trúði því í hjarta mínu að ég gæti að minnsta kosti gengið á land í friði, hitt mína ættingja og vini og hugsað minn gang; það var ekki beinlínis svo að ég stefndi heim eins og flugumaður eða keyptur morðingi til höfuðs valdamönnum. Ég taldi mig koma til þess að huga að minni föðurleifð og mínum föðurarfi, kanna hvort ekki semdist með okkur Kolbeini, – við höfðum oft rætt saman og þá jafnan í góðu. Nú hafði ég líka heyrt að Gissur var farinn úr landi, og mesta ofsann hlaut að vera tekið að lægja; þar að auki vissi ég ekki betur en að bróðir minn Tumi yngri byggi á Íslandi og fengi að vera þar óáreittur.

Svona sannfærði ég mig um að allt yrði í lagi, að ég fengi að vera í friði fyrst um sinn, njóta þess að vera á heimaslóðum.

Við stefndum á Eyjafjörðinn, þann stað sem var fullur af minningum frá mínum yngri árum; ætluðum að taka land á Gásum. Oft hafði ég farið með föður mínum og bræðrum að Gásum þegar spurðist til skipakomu, – hafði staðið í fjörunni á síðsumardögum eins og núna og séð skipin taka land, barin og skúruð af öldum úthafsins, og öfundað þá menn sem stigu á land með fjarskann í augum, mælandi á norræna tungu eins og við, en með framandi hljómi, og jafnan hafði sú hugsun leitað á mig þá að einhverntíma skyldi ég verða sá bógur fyrir landi að ég tæki mér far með kaupmönnum, stæði í stafni og stefndi á fjarlæg lönd. En nú var það bara tilfinningin um að koma heim sem fyllti hjarta mitt, og hún var á þann hátt óvænt að ég get ekki sagt að heimþrá hafi hvarflað að mér öll árin sem ég dvaldi í Noregi, – ég vissi ekki að heimþrá væri til, vissi ekki einu sinni að ég ætti neins staðar heima, þótt mér að sönnu hundleiddist þar sem ég var ...

Eyjafjörðurinn. Hérna eru öldurnar ljúfar, sjórinn bylgjast æsingslaust. Það er svo lygnt að reykurinn frá bæjunum í landi rís hátt til himins. Við siglum svo nærri Hrísey að við heyrum til manns sem hrópar eitthvað að okkur þaðan, en ég heyri ekki orðaskil, skipti mér ekki af þessu; ætla ekki að láta mikið á mér bera. „Mér heyrðist hann hrópa nafnið þitt," sagði dóttir Solveigar mágkonu minnar. „Hvaða vitleysa!" sagði ég og hló, þótt mér þætti þetta á einhvern hátt óviðkunnanlegt ...

Þarna förum við hjá Árskógum, Kálfskinni, Fagraskógi, Hjalteyri. Ég er búinn að taka saman föggur mínar og vopn, binda skó á fætur, er ferðbúinn. Kvaddi Solveigu og hennar börn, ætla að hraða mér til Grundar, þar sem ég á öruggt skjól hjá hálfsystur minni ef eitthvað bjátar á.

Við Gáseyri létu skipsmenn út stjórann. Ég bað um að fá að fara með fyrstu ferð til lands. Og á meðan þeir reru til strandar virti ég fyrir mér kunnuglegan staðinn, – inni á varinu voru tvö önnur skip, annað var greinilega nýkomið að utan því að menn voru í óða önn við að bera úr því varning og flytja í tjöld og búðir ofan við fjörukambinn. Þarna var slæðingur af fólki og ég tók strax eftir tveimur mönnum sem stungu í stúf þar sem þeir sátu með alvæpni á hestum sínum og horfðu hvössum augum á bátinn, og þegar nær dró sá ég að þeir einblíndu á mig. Það hvarflaði að mér að spyrja hvort þeir vildu mér eitthvað, en augnaráð þeirra var þannig að ég ákvað að hafa varann á, starði bara á móti, þreifaði svo að lítið bar á eftir taki á vopnum mínum. Jafnskjótt og báturinn kenndi grunns stökk ég útbyrðis og óð síðustu skrefin til lands, stefndi beint á mennina.

„Eigið þig erindi við mig piltar?!" spurði ég.

Þeim virtist bregða við þetta, að minnsta kosti öðrum hestanna sem prjónaði, snerist undan. Þá kom líka styggð að hinum og eftir að hafa skipst á augngotum slógu mennirnir hvor í sína bikkju og héldu á brott á hörðu stökki.

Það þyrpist alltaf fólk þarna á staðinn þegar spyrst að skip nálgist af hafi. Nokkrar konur stóðu álengdar, vafðar sjölum, og nú tók ein þeirra sig út úr hópnum og stefndi á mig með útbreiddan faðminn. Hún móðir mín blessunin sem ég hafði ekki séð í öll þessi ár, – mikið hafði hún gamlast og hoknað, af henni var farinn allur höfðingsbragur, en gæskan og elskusemin söm við sig í augum hennar þegar hún greip um háls mér og kyssti mig á báða vanga.

„Þórður. Þórður sonur minn."

„Já, nú er ég kominn heim mamma."

En hún kreisti mig að sér og fór að hágráta. Hún grét með þungum ekkasogum, hún grét ekki af gleði …

„Hvað er þetta mamma, ertu ekki ánægð að sjá mig?!"

„Nú veit ég að ég missi þig líka. Útsendarar Kolbeins munu snúa hingað til að drepa þig, og þeir koma á hverri stundu."

BJÖRN DRUMBUR

■

Svona ferð fer maður ekki að gamni sínu …

Þeir sögðu bræður mínir að ég yrði að fara, það væri enginn af þeim hinum betur fallinn til þess, ég yrði að fara og tala við fjandann hann Kolbein unga, reyna að koma á einhverskonar friði og sáttum. „Á ég að tala??" gat ég með naumindum stunið upp úr mér, og spurði aftur nokkrum sinnum „Á ég að tala?" og sortnaði fyrir augum af tilhugsuninni um að þurfa að taka til máls og líka af því að það fauk í mig yfir því að bræður mínir gætu ráðskast svona með mig, en ég gat samt ekkert annað sagt en „Á ég að tala?" því mér hefur aldrei verið sérlega lagið að tala, og svo fór ég …

Ég hafði fylgd af Þorsteini Hjálmssyni bónda úr Hópi þar við Húnaflóann, hann er mælskur en segir margt barnalegt, og honum fannst við bræðurnir merkilegir því við vorum vígamenn og bardagamenn, en hann var sjálfur lítill og smáskítlegur, títtmálugur. Hann þurfti rétt eins og ég af einhverjum ástæðum að friðmælast við Kolbein, ég veit ekki af hverju; hann hafði einhverntíma rekist í lið með Sturlungum án þess að gera gagn, og ég held tæpast að sú höfuðkempa Kolbeinn ungi hefði farið að ómaka sig við að gera Þorsteini bónda Hjálmssyni skráveifu, hann hefði fyrr leitað á okkur sem meira mannsmót var á. En kannski vildi Þorsteinn bara koma sér í mjúkinn hjá höfðingjanum, hann er dálítið þannig hann Þorsteinn, vill koma sér í mjúkinn ... En hann ætlaði líka að tala máli mínu við Kolbein, eða hjálpa mér við það eftir því sem þyrfti, og mér var að því nokkur kvíðabót, umbar fyrir vikið kallinn á leiðinni og allt hans þvaður, reyndi að svara er hann spurði; við stefndum upp Langadal og upp á Vatnsskarð, og það var margt sem Þorsteinn vildi vita, það voru meiri ósköpin sem hann Þorsteinn vildi vita ...

„Fyrirgefðu að ég spyr ... en áttuð þið bræðurnir ekki að fara úr landi, var ekki Kolbeinn búinn að láta ykkur heita sér því?"

„Jú ... eða, jú ..."

„En þið urðuð afturreka, var það þannig?"

„Já, í fyrra, við sigldum af stað, en ... andviðri ... andvirði ..? nei, andviðri ..."

„Kolbeinn ungi hefur tekið það gilt?"

„Svarthöfði bróðir, hann fór tvisvar af stað, en þarna ... andviðri ..."

„Það kom mörgum á óvart að ykkur skyldu vera boðin grið á Örlygsstöðum. Ykkur bræðrunum."

„Ha?"

„Það hefði auðvitað verið hræðilegur skaði ef þið hefðuð verið vegnir, svona miklir mannskapsmenn, en mörgum kom samt á óvart að Kolbeinn og Gissur skyldu þora að láta ykkur lifa. Og eiga ykkur á hættu. Svona hraustmenni ...“

„Já? Ég veit það ekki.“

„Hvað gekk þeim til? Maður hefur heyrt að margir hafi átt ykkur skuld að gjalda?“

„Ha? Margir? Neeei ...“

„En bíddu, var ekki einhver ...“

Ég þurfti að ræskja mig. Ég nennti nú ekki að láta þessu ósvarað, þótt ég nennti varla heldur að tala um þetta; Örlygsstaðabardaga gat maður helst ekki talað um án þess að fá verk í höfuðið og svona bræðisvima.

„Það var hann þarna Ólafur hérna Svartsson ... Ha? Hann er Svartsson, frá Hömrum í Grímsnesi. Hann er ... hann er ríkur, þeir taka mark á honum ...“

„Nú?“ spurði hann forviða. „Já?“

„Já, skilurðu, það er oft tekið mark á allskonar væsklum, ha? Ef þeir eru ríkir?“

„Já, já ég skil það ... En átti hann einhvern þátt í að ykkur var þyrmt? Helstu köppunum úr liði Sturlu Sighvatssonar. Mestu hraust...“

Voðalega ætlaði þetta að ganga illa! Ég varð að grípa fram í fyrir honum.

„Nei! Það var í brúðkaupi, fyrir mörgum árum, hjá Snorra Sturlusyni. Og margir voru fullir, og einhverjir Suðurnesjabændur ætluðu að berja Ólaf. Bara að drekkja honum. Búnir að fletta hann klæðum, sparka honum út í laug. Og okkur bræðrunum var farið að leiðast, það var ekkert um að vera, svo við fórum að tuskast við þessa Suðurnesjamenn. Það var ágætt ...“

„Og Ólafur hefur talið það verða sér til bjargar?“

„Já svona! Maður varð allur blautur í framan! – Ef ég get einhverntíma launað ykkur! Haha!“

„Og svo launaði hann ykkur á Örlygsstöðum ..?“

„Ha?"

„Hann hefur endurgoldið ykkur lífgjöfina á Örlygsstöðum?"

„Ég veit það ekki. Það er ekki gaman að lifa við skömm. Upp á náð og miskunn ..."

Við vorum komnir upp að Svínavatni. Það var bjart veður, þótt mér væri þungt í sinni. Þarna kom maður á móti okkur, einn á ferð, hestríðandi. Þorsteinn tók hann tali, forvitinn um allt og alla. Hver maðurinn væri? Maðurinn horfði bara á mig, þekkti mig aftur; þá kom ég honum fyrir mig, hann er kallaður Jón liðsmaður, oft í slagtogi við Kolbein unga. Virtist aðeins hræddur við mig. Ég rétti honum höndina í vinsemd, honum létti, fór að tala við Þorstein, kynnti sig, var á leið vestur í sveitir og á Strandir.

„Hitta þig meðal annars," sagði hann við Þorstein, „ykkur hina stærri bændur."

„Og hvaða erindi áttu við okkur, ungi maður?" Þorsteinn réttist á hestinum, varð allur hinn borginmannlegasti.

„Í gær kom skip að Gásum" sagði Jón, „og á því íslenskir menn. Þar á meðal Þórður Sighvatsson Kakali."

Ég sperrti eyrun.

„Ha? Þórður Kakali?"

„Þórður Kakali Sighvatsson er kominn út, og fer huldu höfði."

„Ég hef ekki séð hann," sagði Þorsteinn og hló

„Nei, en Kolbeinn ungi sendi okkur út til allra meiriháttar bænda með þau fyrirmæli að hvar sem sjáist til Þórðar verði hann gripinn og færður Kolbeini að Flugumýri, lifandi eða dauður."

Mig langaði til að þrífa í Jón báðum höndum, inna hann nánari fregna, – var ekkert vitað hvert Þórður stefndi? Og hvað átti Kolbeinn með að ætla að drepa hann? En ég stillti mig, sagði ekkert, gerði ekkert, það hefði ekki verið rétt, og of flókið ...

„Að grípa Þórð! Þá veit ég það, og skal gert!“ sagði Þorsteinn digurbarkalega, eins og hann væri maður til að taka Þórð Kakala höndum. „Við erum einmitt á leið að Flugumýri til Kolbeins en þú heldur áfram vestur.“

Við kvöddumst og Jón liðsmaður hélt sína leið; hann hafði verið vel útbúinn af hálfu Kolbeins og hafði tvo til reiðar, það átti greinilega ekki að tefja mikið með þessi erindi.

En það hvarflaði hinsvegar ekki að mér að halda áfram til Kolbeins, eftir að hafa heyrt þessar fréttir, þótt við riðum enn um sinn. Þorsteinn sat á hesti sínum og talaði með afturlukt augu, var í góðu skapi, var brjóta heilann um hversu langt myndi líða þar til Kolbeinn næði Þórði á sitt vald, eins og hann væri að velta fyrir sér úrslitum í hestaati eða kappleik. En ég ætlaði ekki að verða áhorfandi að því ati. Og þegar ég sá að Jón var kominn í hvarf fór ég að hægja á hestinum, og þegar Þorsteinn loks opnaði augun úr sínum malanda og sá að ég hafði dregist aftur úr sneri hann hesti sínum og horfði á mig stórum spurnaraugum.

Ég vissi ekkert hvað ég átti að segja, benti honum bara að halda áfram. „Haltu áfram, ég er að koma!“

„Á ég ekki að bíða eftir þér?“

„Nei hérna ... ég þarf að skíta.“

„Á ég ekki að bíða?“

„Nei, ég hérna ... ætla þarna niður að vatninu ...“

„Á ég að koma með þér?“

Það fauk í mig: „Með mér að skíta?!“ hreytti ég út úr mér.

„Nei,“ sagði hann og vissi ekki hvaðan á sig stóð veðrið, nema hann hafi verið orðinn tortrygginn.

„Ég kem,“ sagði ég; „haltu áfram!“ og bandaði frá mér

hendinni. Hann lötraði af stað áleiðis yfir heiðina en ég teymdi hestinn niður að vatninu. Og er Þorsteinn var líka kominn í hvarf fór ég á bak og sló í drógina; flýtti mér af stað heim til bræðra minna. Væri Þórður Kakali kominn til að rétta okkar hlut sem vorum svo grátlega hrekktir og skemmdir á Örlygsstaðafundi, þá skyldu aðrir en ég friðmælast við Kolbein unga rétt á meðan.

ÞÓRÐUR

■

Eftir að hafa reynt að hughreysta móður mína og kvatt hana með loforði um að við sæjumst aftur vék sér að mér gamall, lotlegur og einhentur maður með hest í taumi. Hann rétti mér tauminn og sagði:

„Þetta er duglegur hestur.“

Ég leit í andlit gamla mannsins, augun voru veikluleg og syndandi, en það var furðu mikil harka í andlitsdráttunum, eða hreinlega heift. Ég sagðist myndu láta skila hestinum þegar ég kæmi til systur minnar á Grund; – hvert ætti ég að skila honum?

„Hugsa þú ekki um það Þórður Kakali. Ég var vinur föður þíns heitins, og hef verið látinn gjalda þess.“

Hann rétti upp handleggsstúfinn, eins og til sannindamerkis. Ég ætlaði að spyrja nánar út í þetta, en þá hristi hann að mér beislistauminn, leit inn til fjarðarins, og ég fann að það var enginn tími til að rabba.

Ég náði inn að Grund, en fannst hálfpartinn eins og einhver væri á hælum mér alla leiðina, svona var mér brugðið við að hitta móður mína og sjá óttann í augum þess fólks sem vildi mér vel. Ég hvatti fákinn, – það var satt sem gamli maðurinn sagði að þetta var duglegur hestur, – var stöðugt að líta um öxl, skima í kringum mig, en fannst að ef ég næði heim til Grundar þar sem Sigríður systir mín bjó væri ég hólpinn, að engir flugumenn næðu til mín þar á höfuðbólinu.

Fólk kom út á hlað er það sá mann nálgast bæinn á stökki; þar stóð Sigríður systir mín ásamt tveimur stæðilegum og tortryggnum vinnumönnum. Þegar hún sá hver ég var gekk hún á móti mér með feginsamlegt bros á andliti, hjálpaði mér af baki; svo kyssti hún mig og faðmaði en leit um leið í kringum sig með kvíða og óróa í svipnum.

„Hvenær komstu?" spurði hún.

„Bara núna rétt áðan."

„Veit einhver að þú ert kominn til landsins?"

Ég sagði henni sem var, að menn Kolbeins unga væru trúlega á leið til hans með gleðitíðindin. En henni fannst þetta ekki tilefni til gamanmála, breytti ekki hörðum og alvarlegum svip en hvíslaði einhverju að öðrum vinnumannanna, sá hafði einblínt á mig með fjandsamlegu yfirbragði. Nú lét hann sig hverfa, en birtist skömmu síðar með Styrmi bónda, mág minn.

Ég var þá sestur inn í stofu, mér hafði verið færður matur í skyndi og ég var að gleypa hann í mig, en var nú samt að vonast til að geta tekið lífinu með ró, var slæptur eftir sjóferðina, og flýtiförina hér inn allan Eyjafjörðinn, vildi helst fá að leggjast fyrir og sofna. Og vakna svo og njóta endurfundanna við æskuheimilið, því hérna ólumst við systkinin upp, allur þessi stóri flokkur sem reyndar hafði svo grátlega þynnst. Ég hafði séð í svip ýmis gömul kennileiti er ég geystist hérna upp traðirnar, þau hefði ég viljað skoða nánar, klappa gömlu bæjarveggjunum, en það var enginn tími til neins skildist mér; Sigríður og Styrmir sögðu að ég yrði að koma mér í burtu hið snarasta, hér yrði mér ekki vært, þau sjálf gátu ekki einu sinni sest að borðum mér til samlætis, til þess voru þau allt of óróleg, bæði á þönum – höfðu sett menn á varðstöðu til að fylgjast með mannaferðum, sögðu að Kolbeinn ungi væri án nokkurs vafa búinn að gera út flokk morðingja á hendur mér, og að það væri enginn liðsafli á Grund til að verjast þeim.

Ég var að smitast af taugaveikluninni sem ríkti á bænum og reyndi að átta mig á því hvert ég ætti að flýja ef mér væri ekki vært þarna. Sigríður stakk upp á því að ég reyndi að komast suður á land til Steinvarar systur okkar og Hálfdanar á Keldum, þar ætti ég að að geta verið í skjóli fyrir Kolbeini, og jafnvel fengið einhvern mannafla mér til stuðnings.

„Verst að strákurinn er ekki hérna," sagði Sigríður, „ég hefði viljað senda hann með þér."

„Hvaða strákur?" spurði ég.

„Hann Teitur sonur okkar," sagði hún. „En hann fór út í Grímsey með nokkrum mönnum."

„Hann Teitur litli!" sagði ég og gat ekki annað en hlegið, þrátt fyrir allan óróann sem lá í loftinu og að systir mín og mágur hvörfluðu stöðugt fram í dyr eða út í glugga til að gá út, á meðan mér fannst sjálfum að ég ætlaði aldrei að geta lokið því verkefni að binda mér skóþvengina.

„Hann er ekki lítill lengur!" sagði Sigríður, og með nokkru stolti. „Hann er orðinn ansi stór, og hefði getað gagnast þér."

„Mér hefði nú þótt öllu lakara að missa hann af bænum

ef tímarnir færu aftur að gerast viðsjárverðir, hverju Guð forði okkur frá," sagði Styrmir. Svo bætti hann við, eins og til að skýra út fyrir mér: „Kolbeinn ungi er búinn að setja niður menn sér handgengna á alla bæina hér í kring."

Sigríður hvessti augun á Styrmi bónda, og það var gallharður svipur á andliti hennar:

„Ég hefði fengið honum Þórði Teit son minn til liðveislu, þótt ég sé illu heilli þannig sett nú um sinn að geta ekki orðið honum að liði í þessum nauðum. En hver veit nema þeir tímar komi!"

Og Styrmir lét sér þá nægja að muldra eitthvað í barm sér, með ergilegum svip.

Í þessum nauðum ...

Var ég lagður af stað á nýjan leik andartaki síðar, með annan hinna tortryggnu vinnumanna mér til leiðsagnar og aðstoðar. Ég hélt mig reyndar þekkja þesssar slóðir og ekki þurfa neina leiðsögn, og fékk því á tilfinninguna að honum væri fyrst og fremst ætlað að tryggja að ég færi sem lengst héðan og sem fyrst. En þegar til kom þekkti hann fáfarna leið upp á hálendið, hina svonefndu nyrðri leið inn á óbyggðir Sprengisands, svo að hann varð að nokkru gagni ...

En áður en við fórum hafði Styrmir bóndi reyndar þurft að draga hann afsíðis og byrsta sig við hann; ég heyrði manninn kveina. „Af hverju á að senda mig með þessum dauðamanni?" En Styrmir hvæsti á hann einhverjar hótanir svo að maðurinn drattaðist til mín, spurði mig önugur þar sem ég stóð ferðbúinn og beið:

„Ertu þá ekki að koma?!"

Okkur voru fengnir þrír óþreyttir hestar til viðbótar þeim duglega sem gamli maðurinn hafði fengið mér við Gásir. Og ríkulegt nesti með reyktu kjöti og hertum fiski, en í öllum asanum gleymdi ég að biðja um þurr hlífðarföt. Svo spretti vinnumaðurinn úr spori upp hlíðina og ég fylgdi á eftir honum, – var sjálfur kominn í vont skap yfir þessum asa, og hugboði um að ég hefði hreinlega ekki verið velkominn á mitt æskuheimili, til þeirrar góðu Sigríðar systur minnar. Og hver myndi þá vilja hýsa mig? …

En við höfðum ekki riðið nema skamma stund þegar vinnumaður henti sér skyndilega af baki og benti mér með fát í svipnum að gera slíkt hið sama, í miklum flýti teymdum við svo hestana niður í lautardrag og lögðumst á gægjur.

Og mikið rétt, þarna kom flokkur manna á stökki inn dalinn, og blikaði á vopn og skildi. Þeir voru að minnsta kosti þrír tugir, og stefndu inn til Grundar.

Það blossaði upp í mér reiði, með hálfgerðum klökkva, – mér fannst þetta allt svo fáránlegt og mikill misskilningur, – það lá við að ég hraðaði mér á móti þessum mönnum, til að mæta þeim augliti til auglitis og spyrja hvort þeir teldu sig í alvörunni eiga eitthvað sökótt við mig. En vinnumaðurinn sem var mér til fylgdar var svo hræddur að það kom sem betur fer aldrei til greina. „Í guðanna bænum láttu engan sjá þig," sagði hann, og lá við að hann væri farinn að kjökra. Og er leiti bar á milli okkar og aðkomumanna hröðuðum við okkur af stað á nýjan leik og komumst óséðir yfir Vaðlaheiðina og niður í Fnjóskadal, stefndum inn með og upp úr Bleiksmýrardal, þaðan liggur nyrðri leiðin suður á Sprengisandinn …

Þegar gerðist áliðið kvölds og við vorum löngu komnir upp úr byggð og úr alfaraleið tók vinnumaðurinn loks að róast, mér tókst meira að segja að toga upp úr honum hvað hann héti. „Hámundur Þorsteinsson," svaraði hann loks, og leit í fáti allt í kringum sig þarna í auðninni hafandi stunið þessu upp, eins og hann byggist hálfpartinn við að nú hefði hann þó talað af sér.

Ekki get ég sagt að mér hafi verið ánægja af hans fylgd, enda maðurinn með afbrigðum fúll og þurr á manninn; hann komst strax í sama önuga skapið á ný er skelfingin yfir því að við næðumst lét undan síga.

Samt þótti mér skárra að hafa einhvern mér til fylgdar eins og á stóð, þótt ekki væri nema vegna þess að ég rataði ekki þessa leið þvert yfir hálendið; mér skildist að þetta væru í það minnsta þrjár stífar dagleiðir. Það var þoka þarna á fjöllunum, sem um nóttina snerist í slagveðursrigningu með tilheyrandi strekkingi, – ég varð gegndrepa. En það var eins og Hámundur Þorsteinsson teldi mig ábyrgan fyrir þessu veðri; reglulega bölvaði hann því hátt og innilega, og leit þá jafnan beisklega á mig í framhaldinu; honum fannst allt vera „helvítis helvíti". „Djöfulsins veður hér í helvítis helvíti," endurtók hann reglulega, og gætti þess þá jafnan að orð hans færu ekki framhjá mér; „maður villist í þessu helvítis helvíti," sagði hann líka nokkrum sinnum, og við því átti ég reyndar ekkert svar því að án hans hefði ég örugglega villst. „Hvað er maður að láta senda sig í svona helvítis helvíti?!" kveinaði hann er við áðum. Og þegar við gengum til náða síðla kvölds bauð hann ekki einu sinni góða nótt heldur bara urraði nokkrum sinnum lengi og ákaft við sjálfan sig, alveg gjörsamlega uppgefinn á þessari för, og þessu föruneyti ...

Ég varð svo óskaplega leiður á manninum að ég ákvað að ávarpa hann ekki framar að fyrra bragði, – sjá hversu lengi hann héldi þögn mína út; hefði helst viljað lemja hann og reka hann heim, ef ég hefði ekki þurft á honum að halda. Og allan næsta dag riðum við í þögn, áðum til að matast í þögn. Hann leit nokkrum sinnum til mín, eins og hann reiknaði með að mér hlyti að liggja eitthvað á hjarta, en ég lét sem ég sæi hann ekki. Og þegar við vorum farnir að sjá niður á grænar sveitir Suðurlands á þriðja degi þá var hann loks hættur að tauta við sjálfan sig. Hann var augljóslega að bræða með sér á hvern hátt hann gæti rofið þögnina, og er við áðum hjá læk fann hann upp á því að fylla drykkjarmál og rétta til mín. Við vorum þá stignir af baki til að leyfa hestunum að bíta um stund í grænum haga eftir að hafa farið lengi um klungur og svarta sanda. Og á meðan ég saup úr drykkjarmálinu sem ég tók við orðalaust, þá ræskti hann sig nokkrum sinnum, en sagði svo:

„Það var nú leitt hvernig fór með hann föður þinn og alla bræður þína."

„Já, það var það."

„En það má þó segja að síðan hefur verið friður."

Ég ákvað að svara þessu ekki, leggja þetta ekki út á versta veg ...

Hann var greinilega að grufla eftir einhverju til að bæta við, eða kannski að leita eftir hæfilegum orðum fyrir hugsun sína, og loks leit hann á mig, og lá við að það hlakkaði í honum:

„En það lítur ekki vel út fyrir þér."

„Nú?"

„Nei, það lítur sannarlega ekki vel út fyrir þér. En ég vona bara að þeir komi ekki að drepa þig á meðan ég er með þér."

„Farðu bara núna," sagði ég. „Vertu blessaður, drullaðu þér heim."

Hann horfði efins og næstum eins og forviða á mig, opnaði munninn, en hætti við að taka til máls. Svo hljóp hann til, náði í hestinn sinn og tók annan í taum, stökk á bak og án þess nokkurntíma að líta við hraðaði hann sér af stað í norðurátt, og hvarf mér loks sjónum inn á eyðisandana.

HÁLFDAN Á KELDUM

■

Þetta voru svo viðsjárverðir tímar að mér bárust um það fregnir nokkru áður en Þórður reið í hlað, að maður einsamall, stórvaxinn og hermannlegur, stefndi ofan af fjöllum á hesti og með annan til reiðar, og nálgaðist býlin hér niðri á völlunum. Og það var auðvitað einn af hinum „hugprúðu" – að maður segi ekki gönuhlaupandi – Sturlungum, sjálfur mágur minn Kakalinn, sá eini sem höfðingjar landsins virtust í alvöru þurfta að óttast. Og Þórður Kakali var auðvitað hvergi banginn, hann gekk langan spöl og teymdi á eftir sér hestana eins og hann væri á lystireisu, einn á ferð og léttvopnaður.

Ja, þvílík endaleysa og fyrirhyggjuleysi. Og mikið í stíl við annað hjá þessum feðgum.

En svona var allt á þessum tímum. Menn önuðu blint og

stjórnlaust út í mannvíg og herfarir án þess nokkurntíma hvarflaði að þeim að þeir sjálfir hefðu verra af. Ég segi það að sjálfsögðu ekki við nokkurn mann, því ég gæti ímyndað mér sennuna sem hún Steinvör, mín ástkær eiginkona, tæki ef henni bærist það til eyrna, – en skoðun mín er samt í einlægni sú að Sturla bróðir hennar hafi varla fengið nema það sem maklegt mátti kallast fyrir stórlæti sitt og allan ofsa. Því að hinir gömlu sögðu: farirðu með vopnum og eldi að mönnum mun á endanum verða farið með eldi og vopnum á hendur þér.

Þá var þannig ástatt hjá okkur sunnanlands að Haukdælirnir, Gissur Þorvaldsson og hans menn sem í raun réttri áttu bara að vera í fyrirsvari handan fljótsins, handan Þjórsár, þeir réðu því sem þeir ráða vildu í öllum sveitunum sunnan fjalla, – menn urðu að sitja og standa eins og þeir vildu, og ef þá vantaði hermenn til að herja á fjarlæg byggðarlög þá vorum við bændurnir hér á Rangárvöllunum miskunnarlaust kvaddir til vopna með tilheyrandi búsifjum. Og eftir Örlygsstaðabardagann þar sem Sturlungaveldinu var öllu gjöreytt þá má segja að Kolbeinn og Gissur hafi hreinlega skipt með sér landinu til helminga. Nú var Gissur að vísu farinn úr landi, hann mun hafa farið á konungsfund í umboði þeirra stórhöfðingjanna beggja og hafði sett Hjalta Magnússon yfir ríki sitt hér sunnanlands á meðan. Hjalti þessi virðist mér varla vera bógur til hermennsku á borð við Gissur, en bakvið hann stendur Kolbeinn, tilbúinn jafnan að grípa í taumana, og slægari mann eða grimmari en Kolbein unga held ég að fáir þekki hér á landi. Og enginn okkar bændanna mátti til þess hugsa að nokkuð það gerðist hér í sveitum sem leiddi til þess að Kolbeinn kæmi að norðan með sitt blóðþyrsta skagfirska harkalið.

En nú var mágur minn Þórður Kakali kominn í hlaðið

hjá mér, smalaði drógum sínum orðalaust á beit út í heimatúnið, og stóð svo þarna dálítið öróttur og þrútinn eins og af löngu slarki, en brosandi út að eyrum eins og ekkert illt gæti hent hann eða hans fólk. Og við höfðum ekki lengi ræðst við í stofu er mér tókst að veiða upp úr honum það sem ég hafði óttast að heyra, að hann gæti svosem alveg hugsað sér að safna liði og vopnum til að geta boðið helstu höfðingjum landsins byrginn.

Þeir eru ekki hjátækir sér, þessir Sturlungar.

„Og hvað ertu kominn með marga liðsmenn?" spurði ég.

„Enga enn," svaraði hann og glotti. „Ég leita að sjálfsögðu fyrst til þín, kæri mágur."

Fyrst til mín ...?! Þetta var að verða ennþá dellukenndara en ég hefði getað gert mér í hugarlund.

En ég ræskti mig, reyndi að láta sem ekkert væri: „Það trúi ég að Eyfirðingar hafi verið óðir og uppvægir að fylkja sér að baki þér. Syni Sighvats goða; ástkærir þegnar hans og liðsmenn."

„Það eru þeir eflaust," sagði Þórður, „það eru þeir vafalaust. En þeir þora sig bara hvergi að hreyfa, af ótta við Kolbein unga."

„En þú vilt að ég standi hér upp frá búi mínu, í miðju ríki Gissurar Þorvaldssonar?"

„Hann er nú ekki á landinu," sagði Þórður og bandaði kæruleysislega frá sér hendinni, eins og það væri aðalatriðið hvort Gissur sjálfur væri á landinu eða ekki!

Og nú kom hún Steinvör mín inn í stofuna. Ég hafði vonað að áður en til þess kæmi hefði ég getað leitt Þórð til einhverrar skynsamlegrar niðurstöðu, gert honum ljóst hvernig aðstæður voru allar í landinu. En með Steinvöru áheyrsla var það næstum borin von! Ég ákvað samt að reyna:

„Sturla bróðir þinn og Sighvatur faðir þinn og þeir hinir bræðurnir höfðu næstum tvö þúsund vopnuðum hermönnum á að skipa. Þeir voru að auki einráðir yfir drjúgum helmingi landsins. En dugði þó ekki til. Á augabragði söfnuðu Kolbeinn ungi og Gissur saman enn fjölmennara liði, og það fór sem fór, og óþarft að ræða þann hræðilega harmleik í smáatriðum. Og í ljósi þessa sé ég okkur tvo, mig og þig, ekki standast slíku ofurefli snúning, jafnvel þótt við mágarnir snerum bökum saman."

Þórður flissaði, hann skynjaði háðið í rödd minni. En blessunin hún Steinvör mín, þessi granna og fagra eiginkona mín sem ég unni svo mjög, hún skildi ekki háðið. Hún var eins og Sturla heitinn bróðir hennar hafði verið, ónæm fyrir skensi og tvíræðni. En beinskeytt og ómyrk í máli jafnan, og nú tók hún til máls svo að um munaði …

ÞÓRÐUR

■

Þarna var ég skyndilega staddur í miðri víglínu hjónarifrildis, en fátt er þrungnara beiskju og þungum döprum kenndum en stríð af því tagi.

Reyndar gat ég ekki annað en dáðst að þeirri hetju Steinvöru systur minni, því stólpakvendi, og allri hennar mælsku og orðkynngi er hún hóf að úthúða eiginmanninum og slengja á hann allskyns ásökunum, – hún sagði að „hvaða herkelling" væri honum líklegri til að hefna föður hennar og bræðra, og eftir að hafa látið móðan mása í kringum þá hugsun spratt hún skyndilega á fætur og ætlaði sjálf að fara að ná í vopn, fór fram í gættina og æpti til vinnumanna að gera klár reiðtygi og leggja á hestana, það væri löngu kominn tími til að fara í liðssafnað, og þótt fyrr hefði verið; „einhver verður að rísa gegn viðurstyggð uppgjafarinnar, og ertu að koma Þórður?!"

„Verum nú alveg róleg ...“ sagði ég, vildi ræða málin nánar við þau Hálfdan, en það var ekki það sem hún systir mín vildi heyra, hún sagði menn hafa verið rólega nógu lengi, – og ekki bara rólegir heldur hreinlega eins og sofandi sauðir, hennar frændur og hún sjálf, horfandi upp á þessi hrakmenni og illmenni Gissur og Kolbein kvista niður fjölskylduna; „þeir drepa hvern höfðingjann á fætur öðrum svo að nú eru engir eftir nema konur og unglingar og menn með merarhjörtu, og kannski einhver skáldmenni vestur í Dölum sem bara velta vöngum og góna til himins, eins og þaðan sé hefndar og sæmdar að vænta, – og móðir okkar er orðin snarrugluð og beygð og brotin manneskja ráfandi um eins og förukona með enga staðfestu í sínum beinum, og við verðum hreinlega að fara að gera eitthvað, heyrirðu það Þórður, þótt ekki væri nema hennar vegna, móður okkar!“

„Það er auðvitað satt og rétt,“ reyndi ég að tauta ...

En hún var ekki að hlusta heldur var staðin upp á nýjan leik og sagðist ætla nú þegar að herklæðast og vopnast, „ertu að koma Þórður?!“ endurtók hún, en lét samt ekki verða af öðrum framkvæmdum um sinn en að snarast inn úr stofunni og birtist svo skömmu síðar með lykil og henti honum í Hálfdan og sagði: „Hana, haf þú þá búrlyklana!“ Úr því að hún yrði að taka að sér að vera bóndinn á heimilinu, það yrðu víst ekki aðrir til þess, þá yrði hann að sjá um húsfreyjuskyldurnar, og hún var komin í svo mikinn ham að hún strunsaði aftur út úr stofunni og um tíma heyrðust bara háværustu ópin einhversstaðar úr fjarlægustu afkimum bústaðanna á meðan við sátum í lamandi þögn, en svo nálgaðist talandinn að nýju og hún kom inn í stofuna með fangið fullt af fötum, sínum eigin skartklæðum nánar tiltekið; slæðum og línklæðum, og þessu henti hún í Hálfdan bónda og sagði:

„Hér er viðeigandi fatnaður fyrir svona menn!“

Og þá gat Hálfdan loks stunið upp orði, hann sagði: „Hvaða hvaða?“ Og aftur: „Hvaða hvaða, Steinvör mín, hvaða hvaða?!“ Lengra náði mælska hans og orðaforði ekki um sinn á móti strigakjaftinum henni systur minni, þeirri hugrökku og ódeigu kempu. „Hvaða hvaða,“ endurtók hann svo þegar hann þurfti að sópa línklæðum systur minnar frá augunum, rauður um andlit og skalla og gersamlega orðvana.

En hafi ég ekki verið farinn að skilja það fyrr hve Hálfdan hafði rétt fyrir sér um mína vonlausu og fáránlegu stöðu, þá rann það mjög áþreifanlega upp fyrir mér undir magnþrunginni ræðu Steinvarar systur minnar hversu innihaldslaus svona hreystiyrði voru í raun. Hún minnti mig ólítið á Sturlu heitinn bróður okkar þar sem hún stóð þarna, hávaxin og tíguleg og hátt yfir svona jarðbundna hversdagsmenn eins og Hálfdan bónda hafin. En voru það ekki samt hinir jarðbundnu hversdagsmenn sem jafnan höfðu sigur að lokum; Hálfdan á Keldum, Gissur Þorvaldsson . . . ?

Og þessi senna endaði bara eins og önnur hjónarifrildi með grátbólgnum augum og beiskjusvip, – Steinvör systir mín lagði ekki af stað í neitt stríð enda hafði hún aldrei ætlað í stríð, til þess var hún ekki nógu vitlaus, því fer fjarri. Mér var hinsvegar farið að líða eins og fáráðlingi að hafa komið hingað og kynt undir þessu öllu, ég leit út eins og vitleysingurinn sem ætlaði að gana út í styrjöld gegn vonlausu ofurefli, og það var í þungri þögn sem ég gat lagst til hvílu um kvöldið. Það var reyndar þurr og hrein hvíla inni í hlýju húsi, það voru jákvæð viðbrigði á mínum högum, – en umfram það hafði staða mín ekkert til síns ágætis, það lá í augum uppi. Ég var aleinn umkringdur ofurefli sem vildi drífa það af sem fyrst að ryðja mér úr vegi, helst kremja mig eins og flugu og gleyma mér um leið, – en sjálfur vissi ég ekki enn hvað ég ætlaði mér, hafði láðst að hugsa þá hugsun til enda ... Ef ég hefði séð einhverja færa leið út úr þessum óvinafagnaði, þá hefði ég hlaupið hana strax í kvöld, stokkið upp úr þessu hreina og mjúka bæli og komið mér burt.

Kannski hefði verið nærtækast að fara á fyllirí, það var sú leið sem maður hafði oft fundið út úr rugli og ógöngum. Ég hafði hálfpartinn búist við því að þetta kvöld endaði með því að Hálfdan drægi fram drykkjarföng sín ríkuleg, en hann var þekktur fyrir gestrisni og þau bæði hjónin og að vera óspör að dreypa á gesti, en eins og þessu kvöldi vatt fram varð auðvitað ekkert úr því. En svo var hitt að í sannleika sagt þá langaði mig ekki í drykk, hvernig sem á því stóð, – og það voru sannarlega viðbrigði. Einhvernveginn hafði runnið svona kirfilega af mér úti í Niðarósi er ég áttaði mig á að fjölskylda mín hefði verið þurrkuð út. Ég fann að ég myndi ekki vilja drekka aftur fyrr en ég fengi einhvern botn í mín mál, einhver afgerandi úrslit, – og sá í því þann kost að þótt ég yrði að líkindum drepinn þá myndi ég að minnsta kosti ekki drepast fullur, eins og ræfill ...

KOLBEINN UNGI

■

Jæja, það er verið líkja manni við herstjóra og jarl og ég er nú svona stundum að leggjast til hvíldar á kvöldin dálítið drjúgur með mig yfir að hafa á að skipa mönnum undir vopnum og geta sent þá hingað og þangað, það eru engin smámenni sem fyrir löndum ráða, hugsa ég og vind upp á skeggið að hætti fyrirmenna …

En þess í milli liggur nú við að fjúki í mann yfir því hversu afburða klaufskir og heimskir þessir menn eru sem maður hefur undir vopnum, hve þeir jafnan reynast ódugandi með öllu ef maður vakir ekki yfir þeim og hverri þeirra hreyfingu og fótmáli, og ef ég hefði dýflissur og djúpa kjallara myndi ég vafalaust geta fyllt þá af mönnum sem gera sig seka um hyskni og hugleysi. – En svo getur maður ekki annað en hlegið þegar að er gáð, því að engir eru kjallararnir og dýflissurnar og enginn er kastalinn enda engir hermenn og enginn jarl, við erum bara svona eins og við erum bændurnir, hver að vasast í sínu. Og kannski er ég sá heimskasti af öllum, vegna þess að ég skuli yfirleitt láta hvarfla að mér að þessir ræflar séu til einhvers nýtir, en það eru þeir auðvitað ekki, eins og kom á daginn þegar Þórður Kakali gekk á land hér í Eyjafirðinum eins og hann væri jarl eða höfðingi og öllum aufúsugestur.

Jújú, þeir voru svosem þarna þessir menn sem ég hafði sett á vörð og njósn, og þeir sáu hann koma, og þeir sáu að hann var einn á ferð, – og þeir brugðu þá umsvifalaust á það snilldarráð að ríða hér yfir Tröllaskagann, til að segja mér fréttirnar!

„Kolbeinn. Hann er kominn.“

Hefði Þórður nú komið á eigin skipi, jafnvel með liðssafnað með sér, eða læðst að landi eins og þjófur um nótt á eyðilegu útnesi eða afskekktri vík, þá hefði mátt skilja að þetta hefði getað valdið einhverjum erfiðleikum. En það var ekki um neitt slíkt að ræða. Hann var aleinn á ferð, farþegi með norskum kaupmönnum sem koma hingað árlega og alltaf á sama stað, að Gásum í Eyjafirði; það er nú ekki beinlínis fáfarnasta höfn landsins.

Kakalinn öslar í land, heilsar sínu fólki, lallar sig svo í burtu.

Og mínir menn sem þar biðu; í stað þess að gera eins og þeim var uppálagt, þá horfa þeir bara á manninn, þennan eina léttvopnaða og særokna mann, – spretta svo úr spori og fara yfir fjöll og firnindi alla leið hingað í Skagafjörðinn, til að geta sagt mér fréttirnar:

„Hann er kominn, hann er kominn!“

„Nú hvar er hann?! Er hann lifandi eða dauður? Sýnið mér hann strax.“

„Nei, hann fór," sögðu þeir! Steinhissa á svip, eins og barn sem hendir dúsunni sinni á gólfið og segir svo „datt."

Ég átti í dálitlum vandræðum með að halda mér á mottunni, ég varð að brosa alveg út að eyrum til að sæist ekki að ég var að springa af reiði, og ég reyndi að vera eins blíðlegur og ég gat:

„Og vildi hann kannski ekki koma með ykkur?"

Trúlega hafa þeir heyrt háðið í röddinni, jafnvel þótt þetta séu fjósamenn, og þeir urðu langleitir og ergilegir, hófu að aka sér til.

„Ég var eitthvað búinn að tala um að ég vildi fá hann hingað strax, annaðhvort dauðan, eða hlekkjaðan og bundinn. Eða gleymdi ég að nefna það við ykkur?"

„Nei," sagði annar þeirra, og rótaði með fætinum í jörðina, og þeir voru eitthvað svo umkomulausir og skömmustulegir á svip að ég varð að brosa enn breiðar til að hafa hemil á mér.

„Voru þetta mjög flókin fyrirmæli? Þetta er nú ekki eins og að bjóða konu upp í dans. Þið áttuð ekki að hneigja ykkur fyrir honum."

Þeir voru báðir farnir að róta í jörðina, en loks herti annar upp hugann.

„Hann var nú ekki einn þarna."

„Nú? Var einhver þarna með honum?"

„Ja, já." sögðu þeir.

„Nú?! Hverjir voru það?!"

„Ja ... ja, mamma hans var þarna!"

Þá gat ég ekki haldið brosinu lengur. Ég snaraði mér inn og skipaði þar húskörlum að binda þessa tvo og geyma þá úti í hrútakofanum í nótt ...

„Mamma hans var þarna!"

Ég læt losa þá á morgun. Það er ekki til neins að vera að

níðast á þessum fíflum. Þeir eru trúlega andvaka þarna úti í hrútakofanum, andvaka og hræddir, og sjálfur finn ég að ég mun eiga erfitt með svefn þartil ég er búinn að koma höndum yfir Kakalann, koma honum fyrir kattarnef, – hann á ekki að vera mér hættulegur, en hann heldur mér samt vakandi eins og lús sem skríður á mann á nóttu.

ÞÓRÐUR

Ég var tvær næstu nætur á Keldum og reyndi að hugsa mín ráð. Framan af ræddust þau hjónin ekki við og það var drungi í húsinu. Hálfdan var durtslegur og forðaðist mig, en ég náði honum samt á tveggja manna tal inni á milli húsa og sagði að ég bæri ekki þungan hug í hans garð, ég skildi hann mjög vel.

Honum létti greinilega, það losnaði um málbeinið.

„Það er ekki það að ég vilji ekki hjálpa þér Þórður minn,“ sagði hann.

„Nei, ég veit það,“ sagði ég, „þú ert í vondri aðstöðu.“

Hann hugsaði sig um, vildi greinilega líka leyfa mér að hafa eitthvað til míns máls.

„Ef þér tækist að fá stuðning einhverra málsmetandi manna, vestur á landi eða vestur í Dölum,“ sagði hann, „og með þeirra fulltingi að efna til málareksturs vegna eigna föður þíns, þá mun ég ekki ganga þér í mót.“

Og nú kom glampi í augu Hálfdanar, það var eins og hann hefði fengið hugmynd.

„Ef þér tekst að búa mál á hendur Kolbeini þannig að þið systkinin fáið ykkar lögmætan arfshlut, þá mun ég ekki sitja aðgerðarlaus hjá.“

Hann var orðinn örlítið ákafur.

„Nei, ætli ég reyni ekki að koma mér í skip og sigla utan,“ sagði ég. „Þetta er bara feigðarflan eins og þú sagðir.“

„Já, það er líklega rétt“ sagði hann og það dofnaði yfir honum aftur.

En Steinvör systir mín reif sig líka upp úr víli er hún áttaði sig á því að ég væri á förum, – ég stefndi í vesturátt, – og lét koma boðum til Tuma bróður okkar sem dvaldist einhversstaðar þar á Suðurlandinu. Og Tumi birtist daginn eftir og hafði tvo menn með sér. Allir voru þeir vopnaðir; einn með ryðgað spjót, annar með skjöld og viðaröxi, en Tumi sjálfur í slitinni hringabrynju og með hjálm, girtur sverði. Þessir menn voru til í slaginn ...

Ég vissi ekki hvað ég átti að halda um hann Tuma bróður minn. Hann var minni og mjórri en við hin systkinin, og hafði mátt líða fyrir það, – hafði oft verið hafður að háði og spotti sem krakki og þá fór hann jafnan að hrína æðislega, leitaðist við að hefna sín með því að bíta og glefsa eins og algengt er með þá sem hafa meiri vilja en afl til áfloga. Og nú var glóð í augum hans, heiftarglóð sem ég hafði oft séð, í þessum augum sem stöðugt hvörfluðu til, og leituðu jafnan undan augnaráði annarra. Hann kom og gat ekki setið kyrr inni á bænum, vildi helst fara strax af stað, en hafði reyndar enga áætlun sjálfur, vildi bara leggja í hann án þess að hafa neinn sérstakan ákvörðunarstað ...

En þarna var ég semsagt kominn með lið, Tuma og fylgdarmenn hans tvo, sem að vísu voru ekki hinir allra hermannlegustu, svona við fyrstu sýn ... Annar virtist reyndar í vera í lagi, þar til ég ávarpaði hann; þá þrútnaði hann í andliti, ranghvolfdi augunum og stundi upp einhverjum óskiljanlegum hljóðum.

„Kolbeinn ungi lét tunguskera hann eftir Örlygsstaðafund!“ sagði hinn fylgdarmaðurinn, en á hann sjálfan vantaði hægri höndina.

„Og svona hafa þeir leikið þig?“ sagði ég og benti á handstúfinn.

„Þú ættir að sjá hvað þessi maður getur kastað!“ sagði þá Tumi ákafur, – honum fannst kannski eins og athyglin beindist um of að vanköntum þessarar herdeildar. Og Tumi var svo ákafur að hann heimtaði að við færum þá þegar út og sannreyndum kasthæfileika einhenta mannsins. Innan skamms vorum við að fjósbaki með hrúgu af steinhnullungum, og Tumi tók af sér hjálminn og setti á staur, og svo var þeim einhenta gefið merki um að kasta. Og ég verð að játa að annan eins skotkraft og aðra eins hittni hef ég aldrei séð. Með vinstri hendinni grýtti hann steinunum einum af öðrum með allskyns bolvindum og sveiflum, og hver á eftir öðrum buldu þeir á hjálminum sem á endanum þeyttist hátt í loft undan einni sendingunni.

Tumi hljóp til og náði í hjálminn og sýndi mér, og ég gat ekki annað en hlegið við tilhugsunina um þann haus sem þetta margbeyglaða ræksni hefði átt að verja. Við stóðum þarna allir og hlógum, það meira að segja snörlaði ákaft í hinum tunguskorna. Ég benti á hann:

„En þessi, hefur hann einhverja svona sérstaka hæfileika?“

Og Tumi tinaði af einbeitingu eitt augnablik við að reyna að hugsa upp svar, og svo sagði hann af nokkru stolti og sannfæringarkafti, – og var ekki að gera að gamni sínu því slíkt hefur aldrei verið í hans náttúru:

„Hann er þagmælskan holdi klædd.“

Við ákváðum að halda af stað vestur í Dali strax næsta morgun, ég hugsaði með mér að það myndi tæpast skaða að hitta frændur okkar þar, jafnvel þótt Steinvör teldi þar helst vera að finna „skáldmenni sem velta vöngum og góna til himins“ – enn var ég helst á því að koma mér sem fyrst og sem lengst út úr öllu þessu botnlausa rugli, en þó var orðið ljóst að ég kæmist tæpast lönd né strönd héðan frá Íslandi fyrr en skip kæmu næsta sumar og því líklega skynsamlegra að reyna að finna sér skárri stað til vetursetu heldur en hér á Suðurlandinu, í miðju ríki óvinanna. Og það kom á daginn að Tuma höfðu borist um það flugufregnir að ég væri hingað kominn eða væntanlegur, og eins líklegt að menn mér miður hliðhollir fréttu slíkt hið sama innan skamms, ef það hafði ekki þegar gerst. Og til að efla okkar flokk ákvað Steinvör að leggja okkur til tvo hrausta menn úr sínu vinnuliði, og ég var örlítið bjartsýnni er ég lagðist til svefns.

Og enn var ekki lát á góðum tíðindum því um nóttina rumskaði ég við hark og glamur í hestum og mönnum þar á hlaðinu, og þegar að var gáð voru þar ekki óvinir komnir að gera mér rúmrusk eins og ég átti helst von á, heldur reyndist þar kominn Teitur Styrmisson frændi minn, sonur Sigríðar systur minnar á Grund; „strákurinn“ sem verið hafði í Grímsey þegar ég kom í Eyjafjörðinn. Og það var rétt sem systir mín hafði sagt að hann var enginn strákur lengur, heldur vaskleikamaður að sjá og hafði fjóra menn með sér að norðan, alvopnaða.

Þannig að það var orðin allra sæmilegasta sveit sem ég hafði um mig er ég kvaddi Steinvöru og Hálfdan morguninn eftir og hélt af stað í Dali vestur. Við fórum heiðavegi og að baki fjalla því ég vildi ná fundi Sturlu frænda míns Þórðarsonar og annarra höfðingja vestur þar áður en ég gengi í flasið á óvinunum.

TUMI

■

Þórður er ekki með neina menn, nema kannski þá sem Steinvör systir lét okkur fá. Og Teitur frændi, hann er eitthvað að gera sig breiðan, orðinn svona dimmraddaður eins og barn sem er að reyna að vera maður, hann er nú bara hálf hlægilegur, enda barn, hann er miklu yngri en ég. Ég vona að hann sé ekki svo vitlaus að ætla að gera sig breiðan, ég gæti þá neyðst til að benda honum á hver ég er. Ég er þrátt fyrir allt Tumi Sighvatsson. Mennirnir sem við höfum, það eru helst þessir sem ég kom með. Þeir hlýða mér, það hafa þeir lært, frá því þeir komu emjandi og bjargarlausir á minn fund síðasta vetur og vildu hefna, – fórna lífinu, hverju sem er, bara ef þeir gætu hefnt. Þeir hlýða mér, það er því best að ég sé foringinn. Ég væri fyrir löngu búinn að gera eitthvað, reyna að fá arf og svona, ef ég hefði ekki þurft að standa í því aleinn. Af hverju var Þórður svona lengi að dratta sér heim? Hann var bara í sukki og svínaríi í Noregi, það segja mér allir. En það er auðvitað gott að fá hann, hann er sterkur, hann hefur alltaf verið hálfgerður villimaður, – pabbi sagði stundum að Þórður hefði reyndar vel getað orðið eitthvað ef hann væri ekki svona kærulaus og óútreiknanlegur, og ef hann væri ekki með eitthvað meint ofdekur á Sturlu bróður á heilanum. Jæja, Sturla er allavega ekki að þvælast fyrir okkur lengur ... En það er samt best að ég stjórni þessu. Það er auðvitað ágætt að hafa Þórð, sérstaklega ef að á að slást, mér skilst að það og ekki annað hafi hann lært úti í Noregi ...

ÞÓRÐUR

■

Og þá var ég kominn vestur í Dali, í heimabyggð ættarinnar; hérna höfðu forfeður mínir búið í vellystingum frá því land byggðist, hérna höfðu öll vandræðin byrjað ...

Formóðir okkar, Unnur djúpúðga, nam land í Hvammi og þar var gamla ættaróðalið; Sturla afi minn bjó þar og ól upp þessa þrjá uppivöðslusömu syni að flestum þótti: Þórð, Sighvat föður minn, og svo skáldið Snorra. Nú bjó í Hvammi maður að nafni Svertingur Þorleifsson og Tumi ákvað að fara þangað með hluta af flokknum, þeir voru góðkunningjar hann og Svertingur. En ég ákvað að halda lengra vestur, að Staðarhóli til Sturlu skálds Þórðarsonar; við vorum bræðrasynir. Engan mann hef ég vitað snjallari eða alvitrari en Sturlu, enda naut hann virðingar um allt land. Með hann sem bakhjarl stæði ég kannski ekki svo illa að vígi, – með hans tilstyrk væri samningsstaða mín kannski ekki með öllu vonlaus.

Og Sturla frændi tók höfðinglega á móti okkur. Teiti og liðsmönnum okkar var vísað til laugar og hvílu því þeir voru þreyttir, en hann bað mig um að ganga með sér til skemmu, sagðist vilja að ég segði sér sögur frá Noregi.

Það var rausnarbú þarna hjá Sturlu, fjöldi manna og kvenna að störfum, nautgripaflokkar á beit hér og þar. Í skemmu voru tveir menn, annar stóð við skriftir en hinn tálgaði álftafjaðrir, þarna voru nýverkuð skinnblöð á hillum og blek í krúsum; ofan á útskrifuðum blaðastafla svaf gulbröndóttur köttur í mikilli værð. Við fórum inn í afdrep skáldsins og þar kveikti hann eld á hlóðum, við settumst í virðuleg hægindi, hann opnaði mjaðarbyttu og skenkti okkur báðum en þegar ég afþakkaði rak hann upp stór augu, öðruvísi honum áður brá.

Hann skálaði samt við mig, kallaði til mannanna frammi um að gera boð inn í húsið um að hafður yrði til matur handa sér og Kakala frænda. Svo leit hann rannsakandi á mig og sagði:

„Þú ert ekki af baki dottinn. Það þarf kjark til að sigla hingað út einn síns liðs fyrir mann í þínum sporum.“

„Já, ég er svona að átta mig á því,“ sagði ég og brosti dauflega.

„Og hvernig líst þér á blikuna. Með augum útlagans. Hefur ekki margt breyst hér heima?“

„Það eru allir eins og á glóðum,“ sagði ég. „Það virðast allir vera með hjartað í buxunum. Gott ef mér fer ekki að líða þannig sjálfum.“

Hann brosti við þessa síðustu athugasemd, hugsaði sig um.

„Það hefur lengi verið skelfilegt ástand í landinu, en það hefur versnað hroðalega á síðustu árum. Ég hef verið að reyna að gera mér grein fyrir þessu, skoða söguna, átta mig á hvenær deilurnar hófust. Og því meira sem ég skoða, því minna skil ég. Hér á landi hefur ríkt stöðugur ófriður í meira en hálfa öld, en ekki út af neinu að því er ég fæ best séð. Á hverju ári eru háðir mannskæðir bardagar, menn eru drepnir og pyntaðir, bæir eru brenndir og konur og börn hrakin á vergang, en enginn veit út af hverju."

„Ja, við hverju er að búast?" sagði ég, því mér fannst frændi vera að gerast harla háfleygur.

„Í Noregi á tímum Haralds hárfagra var barist vegna þess að hann vildi sameina landið í eitt ríki. Það var afar skýrt markmið, og hann hafði sigur. Á tímum Ólafs Haraldssonar var aftur barist í Noregi því hann vildi sameina landið í einum sið, kristna ríkið. Og vegna þess var háð stríð. Við þekkjum margar fornar sögur sem greina frá því að tveir menn hafa ágirnst sömu konuna, og um hana hefur verið barist. En um hvað hafa öll manndrápin snúist hér?"

„Ja, þú kannt söguna betur en ég ..." svaraði ég.

„Hérna gerist það kannski að ótíndur strákur úr einu goðorði hittir griðkellingu úr því næsta, og skömmu síðar fer hún að þykkna undir belti. Þau verða ekki á eitt sátt um hvort hann hafi gengið þar um garða. Og hún klagar hann til síns goða eða hann kvartar við sitt yfirvald um að sitja undir fölsku ámæli, og goðarnir fara að senda menn hver til annars með stefnur og hótanir og brátt er það komið út í móðganir og líkamsmeiðingar. Annar þarf þá að hefna og lætur drepa syni hins sem kann ekki önnur ráð en að fara að næturlagi og brenna hús ofan af hinum, og þetta verður að hjaðningavígum og fólkorrustum sem endast jafnvel nokkra mannsaldra, þetta fer að snúast um heiður og sóma tveggja höfðingjaætta. En enginn man lengur það strákfífl eða þá kellingu sem hittust fyrst og enn síður krógann sem kann að hafa verið ávöxtur þeirra funda."

Ég gat ekki annað en hlegið. Sturla frændi kunni að láta það heita eitthvað.

„Það einasta stríð sem haft hefur eitthvert skynsamlegt markmið hér á landi á síðustu tímum var barátta Sturlu bróður þíns við að leggja undir sig allt landið. Og ég vildi óska að það hefði tekist. Því að eitt öflugt yfirvald sem allir hlýða er það eina sem getur tryggt friðinn. En það fór sem fór, þeirri baráttu lauk á Örlygsstöðum, ég var þar en vildi þó helst gleyma þeim fundi sem fyrst. Því Sturla hefði verið rétti maðurinn, hann var eins og borinn til höfðingja, enda held ég að fáir hafi séð rösklegri mann hér á landi.“

„En var hann Sturla bróðir nógu vitur?“ sagði ég, og var farinn að láta mér líða vel þarna á fleti. „Hefðir þú ekki orðið miklu betra yfirvald? Eða Snorri frændi?“

Sturla frændi glotti við þegar ég efaðist um viturleik bróður míns og fórnaði höndum þegar ég nefndi hann sjálfan, en þegar Snorri barst í tal svelgdist frænda á drykknum. „Biddu fyrir þér, hann Snorri!“ sagði hann. „Það tók enginn maður mark á honum. En Sturla Sighvatsson, hann var ekki aðeins manna hermannlegastur og rómsnjallastur Íslendinga, heldur var það svo að þegar hann var leiddur á milli höfuðkirkna í sjálfri Rómaborg og hrakinn fyrir dyrum þeirra, þá barði fólk á brjóstið og harmaði er svo fríður maður var svo hörmulega leikinn og máttu ekki vatni halda bæði menn og konur.“

Þetta hafði ég aldrei heyrt. Hafði ég þó heyrt ýmsar frægðarsögur af för bróður míns til Rómaborgar. Allt vissi frændi!

„Er þetta satt?“ sagði ég. „Hvar fréttirðu þetta?“

„Þetta er alkunna,“ sagði Sturla Þórðarson af sannfæringarhita. „Flest fólk í Rómaborg stóð úti og konur og karlar máttu ekki vatni halda er svo fríður maður var jafn hörmulega leikinn.“

Nú gat ég ekki stillt mig lengur, heldur sprakk úr hlátri. Sturla horfði rannsakandi á mig og hló líka lágt, en ég varð að leggjast útaf, mér þótti tilhugsunin svo fyndin um hann bróður minn pískaðan og löðrungaðan fyrir framan eina kirkjuna eftir aðra, en kellingar standa blautar og veinandi allt í kring.

Skömmu síðar var ég sestur einn að veisluborði þarna á Staðarhóli og brátt kom Sturla frændi og settist hjá mér, hann sagði að piltarnir svæfu, og átti við Teit frænda og okkar fylgdarmenn. Við sátum bara tveir, en ég hafði mig ekki í að biðja hann um liðsinni, – hann var búinn að segja mér nóg um gönuhlaup og vanhugsuð mannvíg til að ég færi ekki að biðja hann um stuðning án þess að vita sjálfur fyrir víst hvað ég ætlaði mér. Svo ég spurði hvað hann væri að grúska, hvað hann væri að skrifa.

Og það glaðnaði yfir frænda, þarna var komið málefni sem var honum kært.

„Ég er, þér að segja,“ sagði hann og lækkaði róminn örlítið, eins og samsærismaður, og gáði hvort ekki væru báðar dyrnar lokaðar, – „ég er að setja saman bók um forfeður okkar og formæður hér í Dölunum. Unni, Höskuld og Hrút, Melkorku og Ólaf Pá, og ætla svo að halda áfram alveg til þeirra Kjartans og Bolla og Guðrúnar Ósvífursdóttur. Þá gerðust miklir atburðir, ekki síður en nú.“

„Þetta hljómar vel,“ sagði ég. „Og hvernig gengur?“

„Ég lenti nú í bölvuðu basli með að halda mér við efnið, frásögnin vildi deilast hingað og þangað. Það var kominn langur hali út úr sögunni, sem teygði sig suður á Rangárvelli vegna giftingarmála Hrúts, sem leystust ekki að fullu fyrr en Gunnar á Hlíðarenda giftist Hallgerði Höskuldsdóttur. En svo ákvað ég að hlaupa yfir þetta í bili. Ætli það sé ekki bara efni í aðra sögu? Ég er ekki frá því að þessi skálmöld sem ríkt hefur hér í landinu að undanförnu hjálpi manni við að koma atburðum fyrri alda til skila. En segðu mér frændi, hvað hyggstu fyrir sjálfur?"

„Ég er nú ekki viss um það," svaraði ég. „Mér skilst að það sé ærið verkefni fyrir mig, eins og ástatt er, að halda lífi hreinlega."

„Það er rétt," sagði Sturla, „og ágætt markmið í sjálfu sér. Sumum virðist liggja ákaflega mikið á að láta drepa sig, en mér sjálfum hefur aldrei þótt það sérlega aðkallandi. Reyndu að halda lífi sem lengst, ég þekki Kolbein unga og ég veit að ekkert mun valda honum meira hugarangri en bara ef það tekst. Og ég veit líka um mennina sem þú þarft þér til halds og trausts, – með fullri virðingu fyrir þeim sem þú hefur nú þegar. Ég mun láta senda eftir Dufgussonum: Svarthöfða, Birni drumbi og Kolbeini grön. Með slíka menn sér til fulltingis er enginn á flæðiskeri staddur."

KOLBEINN UNGI

■

Í nótt byrjuðu martraðirnar aftur, allir hinir dauðu flykktust að mér, grátandi, rekandi að mér handstúfa eða útstungin augu eða jafnvel skekjandi framan í mig afhöggvin höfuð, – vinir jafnt sem óvinir ... Og öll þessi ömurlegu vein, og svo ólyktin, náþefurinn og blóðslímið ... Að endingu var ég að ösla hálfgert kviksyndi, eins og endalausa fjöru í aðfalli og þarna flykktust að mér selir með grimmdarsvip og óhljóðum og hræðilega reiði og heift í augum, og læstu í mig tönnunum hér og þar, – ég reyndi að slá þessa óvætti frá mér og hrista þá af mér en brátt fór blóðið að renna og þegar ég hrökk upp var bólgukýli á bringunni aftur rifnað upp og ég var löðrandi í þessum viðbjóði saman við svitann ...

Í birtingu tók mér að líða skár, mest vegna þess að það

er gott að finna að jafnvel dimmustu nóttum lýkur, og ég lét kalla fyrir mig nokkra menn, við þurftum að ræða um aga og öryggi, allt er með kyrrum kjörum, nema Kakali er enn á faraldsfæti …

Það er ekki hann sem heldur fyrir mér vöku, það eru aðallega veikindin sem versna jafnan á haustnóttum sem ræna mig svefni, en samt finnst mér að ef ég væri laus við af vita af Þórði einhversstaðar úti í nóttinni þá væri allt mikið skárra.

Ég þykist vita hvað hann er að hugsa. En skil ekki hvað hann á að geta gert. Og kannski er það óhugnanlegast, hvað öll hans för er óskiljanleg …

Allt sem hann gerir er svo fáránlegt og vanhugsað … Það minnir ekki á dirfsku, ekki einu sinni fífldirfsku, það er frekar eins og hann trúi sjálfur ekki öðru en að hann verði drepinn, og kjósi jafnvel ekkert fremur, vilji losna við byrði tilverunnar sem fyrst …

Hvaða vottur af skynsamlegri hugsun felst í því að koma aleinn hingað út til Íslands, eins og málum er háttað í landinu? Eða veit hann kannski eitthvað sem enginn annar veit? Nei, auðvitað ekki, hann hagar sér einungis eins og vifirringur. Og það er á sinn hátt skelfilegt. Hermenn, óvinir, sem eru heilir á vitsmunum, þeir eru á sinn hátt útreiknanlegir, – maður getur gengið út frá því að þeir reyni að velja kænlegasta kostinn í hverri stöðu. En það gerir Kakalinn ekki, hann virðist gana áfram í blindni, hann gæti þessvegna skriðið hér inn um ljóra eina nóttina, með hvassan kuta á milli tannanna …

Ég óttast það reyndar ekki, nema kannski í stjórnlausum martröðum. Því ég hef áttað mig á Kakalanum. Hann er auðvitað fullur, hann hagar sér og hugsar eins og dauðadrukkinn maður … En ég læt samt reglulega kanna stöðuna, fá af honum nýjustu njósnir, og get svo varla annað en hlegið. Ég veit að honum verður ekkert ágengt í sínum vonlausa liðssafnaði. Systir hans og mágur á Grund voru fljót að koma honum af höndum sér, þau ráku hann á fjöll eins og einhvern óvætt ... Enda mega þau vita að bæjarhús á Grund stæðu ekki lengi óbrunnin ef þau ætluðu að ganga móti mér. Og Hálfdan mágur hans á Keldum fyrir sunnan land, hann fer ekki að standa í herförum, hann er með hjarta á borð við kiðlingana sem jarma hér fyrir utan húsvegginn ...

Og þótt Kakali kæmist af Suðurlandinu og vestur á land þá veit ég að honum verður ekki meira ágengt þar; mönnum á borð við Þorleif í Görðum eða Sturlu skáldið Þórðarson er of annt um eigin hag til að fara að gera eitthvað sem augljóslega myndi hitta þá sjálfa fyrir. Það safnast kannski að Þórði einhverjir förumenn og landhlauparar, jafnvel fáeinir lukkuriddarar og blóðþyrstir ævintýramenn, – vopnbitinn og öróttur reytingur úr margsigruðum herjum, en hvað stoðar það Þórð Kakala? Nú er um landsyfirráð að tefla, og til að ná þeim þarf í það minnsta að hafa á að skipa þúsund manna tryggu liði og vel vopnuðu, – sömuleiðis alger völd og öruggan griðastað í stórum og blómlegum sveitum, og hefur þó ekki dugað öllum hingað til ...

Þannig að auðvitað hef ég ekkert að óttast, ekkert á að þurfa að halda fyrir mér vöku ...

Samt er eitthvað óskiljanlegt ... Mér finnst næstum að hann hljóti að hafa þurft að gerast ósýnilegur til að geta dvalist dögum saman suður á landi, í miðju ríki samherja minna, og halda svo þaðan á brott með einhvern hóp fylgdarmanna, án þess nokkur lyfti fingri til að hefta för hans.

Ég veit að mínir menn hérna fyrir norðan eru margir hverjir ódugandi lubbar, seinir til hugsana og framkvæmda, en það leið þó ekki nema dagspartur frá því Þórður steig hér á land þar til ég hafði spurt komu hans. En fyrir sunnan land á Hjalti Magnússon að vera í forsvari, því hann var settur gæslumaður yfir ríki Gissurar á meðan hann er utanlands, en þegar á hans fjörur rekur þann eina mann sem honum er í raun falið að vara sig á, – þegar sá eini sem Hjalti á að fylgjast almennilega með tekur upp á því sér til gamans að valsa dögum saman um hans sveitir, næstum í hans eigin túnfæti, og safnar að sér flokki annarra ræfla, þá fréttir Hjalti ekki af því fyrr en hann er löngu farinn.

Ég lem í borðið þegar þetta berst í tal, spyr hvort einhver getir svarað mér, en mínir menn hengja haus, kunna engin svör við svo flóknum spurningum. En ég finn að hjartslátturinn magnast í kaununum á bringunni, þessum kýlum sem aldrei ætla að gróa og hafa farið versnandi í þrjú ár, og það er eins gott að ég haldi mér rólegum, helst vildi ég reka þessa menn út, loka að mér, banga eitthvað saman mér til sálubótar, en mér var kannski aldrei ætlað það. Af hverju geng ég ekki í klaustur ...?

Einhver er svo vitlaus að spyrja hvers vegna ég reyni ekki að sættast við Þórð Kakala, rétta honum einhverja dúsu svo hann verði til friðs. En þeim hefur skilist fátt sem þannig spyrja! Sættir við slíka menn haldast nákvæmlega jafn lengi og þeim sjálfum hentar. Þær myndu haldast á meðan Þórður væri að koma sér fyrir, treysta sitt lið, safna vopnum og stuðningsmönnum; – ég þekki þessa Sturlunga af biturri reynslu, – þeir myndu skríða í hans skjól hver öðrum blóðþyrstari og helteknari af hefndarfýsn, skríða til hans í það skjól sem okkar sættir myndu veita honum, og strax er þeir sæju á því færi eða skynjuðu eins og rándýr jafnan gera veikleika eða andvaraleysi í röðum sinna fórnarlamba þá létu þeir til skarar skríða, ýlfrandi af grimmd ...

Nú er aftur tekið að kvölda og ný dimm nótt er að leggjast að með nýjum vondum hugsunum, og ég veit að ekkert myndi færa mér meiri hugarró en að frétta að Þórður Kakali væri úr sögunni, síðasti hugsanlegi herleiðtogi Sturlunganna. Og honum væri líka greiði gerður með því að vera drepinn; kannski tekst honum að finna sér stundargrið einhversstaðar í fásinnni Vestfjarðakjálkans, – þar í öllum víkunum og vogunum hefur illmennum oft tekist að fela sig, umgirtir ókleifum hömrum og standbjörgum. Og verði honum að góðu: þar sést ekki til sólar allan veturinn, þar gæti hann hímt eins og skuggabaldur, nagaður af geig í hjarta og tærður af blóðugri hefndarskyldu sem gefur honum engin grið og enga eirð, – og þegar vorar og hann skríður út í dagsbirtuna munu mínir menn þefa hann uppi og losa á augabragði og um eilífð við allar hversdagsáhyggjur þessa heims ...

ÞÓRÐUR

■

Ég áttaði mig á því eftir að samræðum okkar Sturlu lauk að hann hafði aldrei gefið mér færi á því að leita liðsinnis hjá honum. Styrmir á Grund og Hálfdan á Keldum höfðu sagt mér í óspurðum fréttum að hjá þeim væri einskis stuðnings að vænta ef ég ætlaði að kveðja upp menn og heimta arf og sæmd ættarinnar, – en Sturla Þórðarson hafði hinsvegar talað þannig um málin að ég hefði ekki getað beðið hann um liðsstyrk án þess að hljóma eins og kjáni og einfeldningur. Enn meiri en hlaut að blasa við flestum.

En allt fór fram okkar í milli í vinsemd og blíðu. Hann vildi endilega fá að halda mér veislu, helst strax næsta dag, en ég færðist undan, var ekki í veisluskapi, hafði fengið nóg af slíku um sinn. Hann bauð mér líka að dveljast hjá sér á meðan ég treysti mér til þess eða teldi það óhætt, en mér fannst liggja í orðum hans að þarna í alfaraleið í Dölunum væri ekki tryggasti griðastaðurinn fyrir hundeltan mann. Ég hafði enga hernaðaráætlun um sinn aðra en að reyna að leynast og halda lífi, og þótt mér byðist hvergi liðsinni öflugra stórbænda til að kveðja upp her var mér nauðsynlegt að reyna að halda saman flokknum sem ég þó hafði, – láta liðsmenn mína á mér skiljast að eitthvað væri í gangi, eitthvað í undirbúningi, við hefðum eitthvert markmið að stefna að. Svo ég bjó mig undir að halda vestur á firði, í fásinnið, óbyggðirnar, skjól undir klettabeltum og handan við torfærar fjallvegi ...

Þeir menn sem helst voru tilbúnir að fylgja mér voru hálfgerðir unglingar, liðléttingar: Tumi bróðir, Teitur frændi, og svo hinn einhenti og sá tunguskorni ... Við þetta setti að mér geig sem ég reyndi að bægja frá mér, en gerði mig óöruggan, mér fannst ég vera eins og auðnuleysingi, hálfgerður betlari, af því tagi sem höfðingjar og gæfumenn á borð við Sturlu frænda minn Þórðarson hlutu að finna til einhverskonar samúðar með. En hana hef ég aldrei þráð ... Ég var umkringdur óvinum, ég hafði sjálfur komið mér fyrir óbeðinn mitt á milli þeirra allra, eiginlega hefði ég átt að standa aleinn; það var eins og ég hefði hlaupið inn í brennnandi hús og væri nú að krefjast þess af vinum og ættingjum að þeir kæmu til mín inn í bálið, svo ég stiknaði ekki einn. Úr því ég var eiginlega réttdræpur hvar sem til mín næðist þá átti ég kannski að fara að eins og sekir skógarmenn höfðu jafnan gert, – ég hefði kannski átt að láta róa mér út í Drangey eins og útlaginn Grettir Ásmundarson; hún var í miðju ríki Kolbeins unga, ég hefði þá getað staðið þar uppi í klettaeynni og varið einstigið og hrópað svo til hans dónaskap og svigurmæli þegar hann reri út til mín ...

Til að hrista af mér þessa uppgjafarþanka gekk ég yfir

heiðar og að Hvammi, talaði við Tuma og hans menn, við urðum ásáttir um að halda vestur á firði daginn eftir, þeir ætluðu að koma að Staðarhóli morguninn eftir og við að leggja af stað í bítið. Við töluðum um að safna liði og vopnum, treysta stöðu okkar, þetta hljómaði eins og áætlun …

Það var byrjað að rökkva er ég nálgaðist bæjarhúsin að Staðarhóli um kvöldið, og þá sá ég þrjá menn koma skálmandi þaðan og í átt til mín. Og þegar nær dró sá ég að þetta voru allvígalegir menn; það sást á limaburðinum, þunglegu fasinu, – þeir skálmuðu samtaka og í takt án þess að líta til hægri eða vinstri, og þegar þá dró enn nær sá ég að allir báru þeir vopn: skildi, höggvopn, sverð …

Það hvarflaði að mér að taka til fótanna, en svo hugsaði ég að ég gæti varla átt neins ills von frá Staðarhóli, bæ Sturlu frænda míns, og þar sem eitthvað var þrátt fyrir allt kunnuglegt við þessa menn sem gengu á móti mér í hálfrökkrinu ákvað ég að bíða þeirra, bíða þess sem verða vildi.

Og svo þekkti ég þá, þessa sveru og tröllslegu menn; veðurbitna, bólugrafna og örótta, með þótta og óttaleysi í samanbitnum andlitum; allir voru þeir eins og hálftröll: frændur mínir Dufgussynir.

Svarthöfði, hann bar nafn með rentu. Og Kolbeinn grön sömuleiðis því það var varla nema rétt í kringum augu og nef sem honum óx ekki villt og úfið skegg, – og hinn þriðji var sá fámálugi Björn drumbur, hann var þeirra sverastur en þó bjartastur; með einhvern hvítvoðungslegan hreinleika í bláum augunum og hann stakk í stúf við annað í þeirra fari, nema kannski raddirnar; allir töluðu þeir mjóum konulegum röddum, þessir hroðalegu þursar, – en við erum sumir svona, með háar raddir og gjallandi, káklandi …

Vopnin sem Dufgussynir báru voru ekki gullrent skart. Þau voru traust og ljót eins og góð verkfæri, – þetta voru verkfæri; fáð, notuð, en traust. Og þeir námu staðar hjá mér, allir í senn eins og þeir hefðu æft það í miklum herjum, en líklega voru það aðeins bræðraböndin sem stjórnuðu hreyfingunum; námu staðar og án þess að mæla fram kveðjur eða rétta fram hendur tóku þeir til máls.

„Við erum komnir til að fylgja þér Kakali frændi," sagði Svarthöfði.

„Eins og við fylgdum Sturlu bróður þínum," sagði Kolbeinn grön, út úr skegginu.

„Við munum fylgja þér til síðasta manns, ef því er að skipta," sagði Svarthöfði.

„Já, til … til … til síðasta blóðdropa!" sagði Björn drumbur og brosti, líklega af feginleik yfir að hafa getað komið út úr sér allri setningunni; „til síðasta blóðdropa!" endurtók hann og bros flæddi yfir allt andlitið, – stórt og hamingjuríkt bros eins og kviknar í búlduleitum andlitum ungbarna ef maður gerir framan í þau glennur.

BJÖRN DRUMBUR

■

Við vorum kannski ekki fríður flokkur sem héldum frá Staðarhóli þennan morgun, en ef menn eru samtaka og forystan er sæmilega traust, þá þarf þetta ekkert að vera ... verra ... eða ...

Það var kalsalegt á þessum slóðum og haustkul í lofti og þótt enn væri grænt í djúpum dalverpum niðri við sjóinn þá ösluðum við snjó og krap á fjöllum og heiðavegum. Tumi Sighvatsson fór strax að tala um að við þyrftum að koma okkur í húsaskjól, en Þórður ansaði því engu, – kom þó til okkar bræðranna þegar Tumi fór að tala um að við ættum kannski að leggja undir okkur bæ og bústofn einhverra afskekktra búandkarla, og sagði við Svarthöfða svo við Kolbeinn heyrðum: „Ég vil ekki að við högum okkur hérna eins og stigamenn og ræningjar.“

Svarthöfði sagðist þá hafa heyrt að í Lokinhamradal, en þangað í Arnarfirði er illfært af landi, sérdeilis á vetrum, hefðu menn stundum fundið skjól, menn eins og við, menn í felum …

En er við komum þangað eftir langa og stranga för dundi samstundis á okkur grjótkast. Við vorum nýkomnir fyrir klettasnös og inn í víkina og áttum okkar einskis ills von þegar hnullungarnir hófu að bylja á okkur, Tumi Sighvatsson fékk steinkast í hnéð og hraut um koll með miklum hljóðum. Þórður skaut yfir hann skildi og við bræðurnir fórum og reyndum að skýla Þórði, aðrir í okkar hópi flúðu til baka og á ný fyrir klettasnösina eða reyndu að felast á bak við skildi eða malarkamb sem þarna var. Við þrifum líka upp grjót og reyndum að senda á móti, – maður áttaði sig á að þarna voru nokkrir menn, litlu færri en við, og flestir voru þeir í sæmilega öruggu skjóli og með góða vígstöðu og við gátum ekki annað gert um sinn en að reyna að skýlast. Og þá sprettur upp forystumaður úr þeirra hópi, með stóran skjöld og öxi á löngu skafti, öskrar eins og bjarndýr og skipar að við köstum frá okkur vopnum. Grjóthríðinni slotaði örlítið við þetta, en þá reis upp einhentur maður úr flokki Þórðar, hóf upp stóran hnullung og sendi hann furðu fast og hnitmiðað svo að grjótið lenti í skildi mannsins sem hrataði um koll undan þunganum og missti frá sér öxina. Þórður stökk þá til og óð að manninum og greip hann hálstaki og beindi að honum sverðsoddi og skipaði að menn hættu grjótkasti þá þegar.

Menn höfðu ekki lengi ræðst við er í ljós kom að við vorum allir á sama báti, aðkomumenn jafnt og þeir sem fyrir voru, allir á einhvern hátt að leita skjóls fyrir yfirvöldum og höfðingjum þessa lands. Varð nú öllum hugarhægara. Ásbjörn Guðmundsson hét foringi þeirra sem fyrir voru, og var á flótta fyrir manndráp fleiri en eitt að því er ég held, –

hinir svo smáþjófar og brunnmígar. Ásbjörn hafði heyrt Þórðar Kakala getið og var tilbúinn að slást í okkar hóp. Þótti okkur öllum bera vel í veiði með liðssafnaðinn. Taldi nú flokkurinn um tuttugu manns, en gegn slíkum fjölda dugir ekki að senda staka flugumenn eða launmorðingja; ekkert minna en herútboð þyrfti gegn okkur ...

Þeir sem fyrir voru báru sig heldur illa undan landgæðum í Lokinhamravík, – þeir höfðu flestir dvalist þar frá því um mitt sumar og kviðu mjög vetrinum. Og þar sem svo mjög hafði fjölgað í hópnum komu upp tillögur um að fara nú til einhverra af helstu bændum vestur þar og biðja þá um að slást í herinn með sína heimamenn, og hýsa okkur jafnframt og fæða um veturinn eftir því sem þyrfti. Þórður lagði fátt til þessara krafna en Tumi var þeirra mjög hvetjandi. Varð það úr að fara út á Barðaströnd því að Tumi sagði Gísla bónda á Rauðasandi vísan til að styðja okkur og marga fleiri í héraðinu. Og hélt nú flokkurinn af stað, nokkrir hestríðandi en flestir gangandi, og var sveitin reyndar ekki mikið hermannlegri en sú sem lagt hafði af stað úr Dölunum, þótt vissulega værum við orðnir fleiri ...

GÍSLI Á RAUÐASANDI

■

Hér kom Þórður Kakali Sighvatsson. Sjaldan held ég óþarfari mann hafa rekið á fjörur okkar Barðstrendinga. Hann var í för með einhverjum barnungum frænda að norðan og Tuma ræflinum bróður sínum og svo einhverjum herfilegum samtíningi umrenninga og smáþjófa, – mér skildist helst að þetta lið ætlaði að gersigra helstu valdamenn landsins í hernaði og að þeir vildu að við bændurnir hérna fyrir vestan slægjumst í lið með þeim.

Ég fékk strax á því illan bifur er hann boðaði til fundar hérna heima hjá mér, án þess að spyrja mig leyfis. Það hefði svosem verið sjálfsagt að hýsa hann Þórð ræfilinn, við faðir hans heitinn áttum margt saman að sælda og sömuleiðis við Sturla sálugi bróðir hans, og þótt Þórður hefði komið með einhvern flokk af sínum drykkjubræðrum hefði ég ekki talið eftir mér að hýsa þá og klæða, – en að hann skyldi stefna hingað þessu illþýði héðan úr nágrenninu, bændaskrílnum sem ég hef þurft að standa í áralöngu þrefi við og kannski láta drepa fyrir þeim fólk og búsmala svo þeir skilji hvað til síns friðar heyrir, – það kunni ég ekki að meta. Enda voru nágrannabændur tortryggnir, þorðu samt ekki annað en mæta, óttuðust alla Sturlunga, voru eins og þeir væru að míga á sig af hræðslu allir sem einn.

Og þegar allir voru sestir byrjaði Þórður með ræðuhöld, stirður og dálítið tafsandi í fyrstu, en smám saman uppveðraður, rekjandi allar sínar raunir, sem allir svosem þekkja, og með þau tilmæli, nei, með þau fyrirmæli, að við snerum nú allir bökum saman og réttum hans hlut. Var reyndar mælskur á köflum, sagði saman bera skaða sinn og alþýðunnar í þessum sveitum og færi vel á því að hann væri fyrirmaður í málunum, „og mun annaðhvort gerast að við fáum rétt okkar hlut eða falla líkt og frændur vorir, og eru báðir kostir betri en sá að lifa við skömm.“

Það varð löng þögn, menn óku sér og klóruðu, enda höfðu ekki allir misst jafn nána frændur og Þórður, en svo fóru nokkrir að æmta að þeir hefðu nýverið svarist í trúnaðareiða við Kolbein unga Arnórsson, og á meðan hann ryfi engar sættir væri þýðingarlaust fyrir Þórð að reyna að fá þá í herfarir gegn honum. Og þá fór Þórður allur að æsast upp, æpti að hann skyldi minnast þess síðar hverjir hér á Vestfjörðum væru með honum og hverjir á móti!

Þeim brá dálítið, og sögðu að hann ætti nægra harma að hefna þótt hann væri ekki með heitingar í þeirra garð. Þórður hrópaði þá að enginn þyrfti að minna hann á harma sína. Og allt leystist upp í hávaðarifrildi, þartil einn bændanna kallaði:

„Við Barðstrendingar blotnum nú ekki við þínar hótanir!“

Og þá hlógu allir, nema Þórður. Ég held að ég hafi meira að segja glott. Og þá varð Þórður æfur á ný og sneri sér að mér og sagði að nógu oft hefðu faðir hans og bræður þurft að koma mér til hjálpar gegn reiði sveitarinnar, eftir að ég hefði verið búinn að efna til „morðvíga og yfirgangs“ gegn mínum nágrönnum, og að ég væri ekkert og hefði aldrei orðið neitt ef ég hefði ekki getað farið allri minni fólsku fram í skjóli þeirra Sturlunganna ...

Svona talar auðvitað enginn sem á að heita með öllum mjalla, enda hefði ég rokið á dyr ef ég hefði ekki verið heima hjá mér, eða rokið í Þórð ef Dufgussynir hefðu ekki setið honum til beggja handa. Andrúmsloftið var orðið afar illt í skálanum, enda Þórður þarna farinn að geipa um málefni sem betur lágu í þagnargildi, og ýfa upp gamlar deilur, og brátt voru allir þagnaðir og kvöddu í styttingi ...

Ég reyndi samt að blíðka Þórð seinna um kvöldið, ætlaði að gefa honum að drekka, reyna að ræða við hann eins og mann, ætlaði jafnvel að reyna að bjóða honum fylgd einhverra af mínum heimamönnum, en hann var hinn þverasti og fúlasti, tók ekki einu sinni í mál að þiggja gistingu, heldur hélt af stað út í nóttina með sínum fylgdarmönnum, jafn fáliðaður og þegar hann kom, jafn fáránlega vonlaus ...

Ég veit að ef honum verður eitthvað ágengt þá getur verið illa komið fyrir mér. En ég þarf ekki að hafa neinar áhyggjur, hann mun ekkert komast áleiðis, og næst mun ég eflaust spyrja það til hans að hann hafi verið drepinn eins og hundur.

ÞÓRÐUR

■

Þessi fundur á Rauðasandi og hugmyndin um liðssafnað meðal vestfirskra bænda var mesta heimska sem ég hefði getað fundið upp á, enda fann ég reyndar ekki upp á þessu sjálfur, heldur lét etja mér út í þetta eins og fífl, og komst í vont skap yfir öllu saman og fór að rífast við menn eins og heimtufrekur krakki og mun trúlega verða lengi að endurheimta mannorð mitt á þessum slóðum …

Ég fann að ég varð að fara að gera eitthvað, taka forystuna, smíða mér áætlun, ef ég ætlaði að halda saman liðinu, ef ég ætlaði að halda lífinu …

Eftir fundinn á Rauðasandi var þýðingarlaust að halda áfram að reyna að kveðja upp her með þessu móti, og í rauninni vissi ég ekki hvert við skyldum halda er við vorum komnir út á hlað, þá var farið að gráma af morgni. En þá kom til mín smábóndi úr Kerlingarfirði og vildi bjóða mér og mínu liði næturgistingu, eftir því sem föng hans og húsrúm leyfðu. Tumi bróðir vildi fara að Haga og taka hús á Eyvindi nokkrum sem þar bjó og var kvæntur frænku okkar, og varð úr að hann fór þangað með nokkra menn en við hinir fylgdum smábóndanum í Kerlingarfjörðinn. Sá gestrisni maður átti Sturlu heitnum bróður mínum eitthvað mikið gott að gjalda, hann hafði verið honum skjól fyrir ágangi illmenna, hefnt föður hans og fleiri ættingja.

Daginn eftir sendi ég tvo af Dufgussonum og Teit Styrmisson í liðssafnað inn í víkur og út með nesjum, að reyna að finna fleiri landhlaupara, einhleypinga og utangarðsmenn, alla sem væru til í að slást í okkar hóp. Og þeim varð furðu vel ágengt, þeir sneru til baka með tæplega tuttugu manna flokk. Þetta voru menn á verbúðasnöpum, þjófar og klámhundar á flótta; tveir Svíar höfðu hrakist undan reimleikum úr sauðamennsku einhversstaðar í afdal, það voru fáskiptnir menn og dulir, þrútnir á vöxt og bláir í andlitum. Og er þessi flokkur var kominn í Kerlingarfjörðinn ákvað ég að skjóta á ráðstefnu með liðinu, lét gera boð eftir Tuma og hans fylgdarmönnum í Haga.

Að vísu komu boð á móti um að ég skyldi heldur koma þangað með flokkinn, sem mér þótti hálf undarlegt, en lét þó gott heita. Ég hóaði saman mínu liði og við héldum þangað.

Þvert gegn því sem ég hafði ætlað var enginn viðbúnaður í Haga, og mér fannst eins og Eyvindur bóndi væri lítt spenntur fyrir komu okkar. Hann spurði mig þurrlega hvort ég hefði matföng handa þessu liði, sem ég hafði ekki. Ég lét vera að svara honum en spurði um Tuma, sem reyndist þá vera sofandi inni á bæ. Ég fór inn og vakti hann sjálfur, og þegar hann loks vaknaði stökk hann á fætur, fór að rigsa um gólf án þess að horfa á mig, hagræddi skjálfhentur hárinu yfir kollvikunum og fól mér að láta mannskapinn vita að hann kæmi brátt að tala við okkur. Mér þótti þetta allt hálf spaugilegt, en fór samt út og stefndi saman mönnunum, sagði að nú yrðum við að ráða ráðum okkar. Þeim hafði ekki verið boðið að ganga í hús en hímdu hér og þar á hlaðinu og í heimatúni, það var þurrt veður og bjart en haustkæla, og ég fann að þeim myndi ekki líka löng bið ...

Mér sýndust vera nokkrir kostir í stöðunni, misvænlegir, og þegar Tumi loks kom út til okkar hóf ég upp raust mína og ákvað að nefna alla kostina. En það voru auðvitað mistök, – herforingi á aldrei að ljá máls á neinu öðru en því sem honum sjálfum finnst ráðlegast, hitt kyndir bara undir heimskra manna ráðum; en þetta vissi ég ekki þá.

Ég sagði einn kostinn vera þann að fara leiðangur norður í land, herja dálítið í ríki Kolbeins unga, safna vistum og vopnum með því að ræna þá menn sem hefðu verið með á Örlygsstaðafundi, gera níðingum föður míns og bræðra skráveifur. Ég nefndi þessa hugmynd fyrst því mér fannst hún fráleitasti kosturinn í stöðunni, algert glapræði raunar, en áður en ég náði að kveða upp úr með það og snúa mér að skárri hugmyndum var þegar kominn mikill hugur í marga í mínum flokki, þeim fannst þessi tillaga svo góð að þeir voru orðnir óðir og uppvægir, „förum strax!“ æptu raddir hér og þar, – en tilhugsunin rán og rupl og nauðganir lagðist greinilega vel í marga. Þeir töluðu hver í kapp við annan, sumir steyttu hnefa og hristu vopn, þeir sem höfðu vopn ... Ég tapaði bæði þræðinum og orðinu, Tumi bróðir minn var stiginn upp á gamlan fjóshaug svo hann sæist betur og heyrðist og farinn að hrópa æstum rómi að þetta, einmitt þetta, hefði verið hans hugmynd, – hann var farinn að leggja á ráðin um hvert yrði farið fyrst og hvenær yrði lagt í hann, strax í kvöld heyrðist mér, hávaðinn var ærandi, fleiri voru staðnir upp og meira að segja hinir stirfnu og fáskiptnu sænsku sauðamenn virtust ætla að hrífast með, – allir voru komnir í mikinn hugaræsing nema Dufgussynir sem horfðu á fyrirganginn steinþöglir og undrandi; þarna sátu þeir hlið við hlið á hlöðnum steingarði og er ég sá að Svarthöfði leit til mín og skaut upp annarri augabrúninni fann ég að nú bar mér að taka forystuna, lægja öldurnar og þagga niður í mönnum. Og mér tókst það loks, með því að fara upp á fjóshauginn til Tuma og yfirgnæfa hann jafnt sem þá hina; frá bæjarhúsunum mátti heyra hunda gelta í miklum hugaræsingi, kýr bauluðu á básum sínum. Það var enginn hermennskubragur lengur á okkar fundi …

Mér tókst að fá nægilegt hljóð til að viðra aðra hugmynd, sem var sú að halda suður á land og gera strandhögg í ríki Gissurar Þorvaldssonar, þar sem Hjalti Magnússon var nú í forsvari; sú hugmynd var að því leyti betri en hin fyrri að Gissur var ekki á landinu og enn fremur að Kolbeinn var þar ekki með varðhöld um ríkið og viðbúnað og slægð sem hann var þekktur fyrir. Eigi að síður hafði ég ætlað að úrskurða þennan kost óskynsamlegan og leggja heldur til að við biðum átekta í vetur, hefðum á okkur vara, færum minni herleiðangra um nærliggjandi héruð til að afla okkur vista og vopna og frekari mannafla.

En aftur var ég búinn að missa öll tök á ástandinu, sumir í hópnum vildu óðir og uppvægir framkvæma þessa hugmynd í snatri, leggja strax af stað til Suðurlandsins og spilla þar og spjalla, – og þegar á endanum fauk í mig og ég æpti að menn skyldu steinhalda kjafti, þá var ég svo óheppinn að það var einmitt Tumi bróðir sem var háværasti ræðumaðurinn og í miðri heitri tölu. Hann snarþagnaði eins og allir aðrir, leit svo á mig og gekk snúðugur í burtu. Heim að bæjarhúsunum í Haga. Ég kallaði á eftir honum en hann leit ekki við. Fundurinn var í upplausn, það var augljóst að enginn hafði stjórn á neinu, og nú blasti við öllum að við bræðurnir vorum orðnir ósáttir, fyrir framan nefið á fylgismönnunum. Ég átti ekki annan kost en að elta Tuma, reyna að tala hann til, fá hann góðan …

HALLDÓRA

■

Ég sá ekki Þórð og spurði ekki til hans þótt húsgangurinn ræki mig víða, fyrr en ég rakst á hann í þoku og trúði ekki fyrr en hann var farinn hjá að þetta hefði ekki bara verið svipur hans sem ég sá …

En ég óttaðist mest og var eiginlega sannfærð um að frétta það næst að þeir hefðu náð honum og drepið hann eins og hina syni mína … En svo mætti ég honum, og var þá komin vestur á land, á þokuslungnum heiðarvegi, og hélt mig hafa séð vofu – augu hans voru köld og frosin eins og sálin væri einhversstaðar víðs fjarri og hann fór fyrir hópi sem var líkt því sem hann hefði verið uppvakinn úr kirkjugarði eða kannski sóttur í valköst og gefin sú list að ganga þótt öndin blakti ekki lengur í vitum, enn loddu vopn við suma … Konurnar sem voru með mér óttuðust þennan flokk eða þessar flikrur og við læstum kjúkum hver í aðra og reyndum að draga okkur afsíðis til að verða ekki í vegi þeirra og ég fann að skelfing minna samferðakvenna var slík er þeir fóru hjá að þær máttu vart vatni halda og mér tókst ekki að tala til Þórðar því ég hélt að þetta væri aðeins svipur hans, en er þeir voru komnir hjá þóttist ég skilja að einn úr hans flokki væri Tumi yngri og fæli sig undir stálhúfu og ég skynjaði að tröllslegu mennirnir þrír sem riðu hestum voru Dufgussynir og að þótt allir væru þeir þöglir og skelfilegir þar sem þeir birtust út úr þokunni og hurfu svo inn í hana á ný þá fannst mér gleðilegra að finna þó að Þórður minn væri enn á lífi og þeir bræður saman en hitt að þeir færu um í förumannaflokki sem væri jafnvel örreytislegri en það fólk sem ég annars slóst í lag með þegar þarna var komið á þeirri vondu tíð ...

BJÖRN DRUMBUR

■

Kolbeinn bróðir var orðinn leiður á þessu, það sagði hann út úr skegginu, „ég er orðinn leiður á þessu." Svarthöfði sagði ekki neitt, en ég heyrði á því hvernig hann andaði að hann var ekki síður leiður, eða fokreiður, var að reyna að hemja sig. Það var leiðinlegt þarna á Haga, menn voru sársvangir og mörgum orðið kalt, sumir stöppuðu niður fótum og börðu sig, aðrir voru að rotta sig tveir og þrír saman; Ásbjörn Guðmundsson stóð þarna og ræddi í lágum hljóðum við tvo af sínum mönnum; af þeim lagði stækan óþef, og sjaldan hef ég séð illskulegri augu en þau sem Ásbjörn gaut til okkar. Hann er gegnheilt illmenni held ég, hafði skemmt sér við að drepa bæði konur og börn sagði mér einn af hans mönnum í gær, stoltur af sínum foringja ...

„Þetta er höfuðlaus her," sagði Kolbeinn bróðir, og blés síðan lengi eins og honum hefði tekist að losa um mikla spennu með því að segja þessi orð.

„Þórður er foringinn," sagði Svarthöfði.

„Ef hann fær að ráða einhverju já!" sagði Kolbeinn og var reiður; „fyrir helvítis afturúrkreistingnum."

„Gefum Þórði tækifæri, hann kemur vonandi til," sagði Svarthöfði, og ég varð feginn því ég vissi að orð hans yrðu sameiginleg niðurstaða okkar bræðranna, og það var léttir að hún var á þessa leið, annars hefði allt orðið vonlaust og leiðinlegt á ný, engin markmið, bara bíða, ég ákvað að verða Svarthöfða sammála, ef hann hefur von, þá er von.

„Já," sagði ég; „já, já ..." en komst ekki lengra, og kannski engu við að bæta.

Þórður var farinn inn í bæ á eftir Tuma, og nú heyrðum við hvað Ásbjörn var að ráðslaga, þeir ætluðu að taka sér þann mat sem við þurftum og spyrja engan leyfis; þeir stukku til og króuðu af kálf og bjuggust til að skera hann og þegar Eyvindur bóndi hljóp til og skipaði að kálfinum yrði sleppt þá sagði Ásbjörn, hásri röddu:

„Ég hefði nú bara gaman af að stýfa af þér hnappinn fyrst."

Og menn hans hlógu, skrækt og kvikindislega.

En Svarthöfði var þá búinn að ákveða fyrir okkar hönd að við yrðum að gefa Þórði tækifæri og þar sem það hefði bara aukið vandræði hans ef okkar menn hefðu farið að vinna hervirki þarna á staðnum steig Svarthöfði í veg fyrir Ásbjörn og skipaði honum að slíðra vopnin. Hvað Ásbjörn þorði ekki annað en að gera, við bræðurnir vorum komnir hvor upp að sinni hlið Svarthöfða, og Ásbjörn hrækti langt og fyrirlitlega, kálfurinn hljóp frír á braut. Og Svarthöfði sneri sér að Eyvindi bónda og sagði að menn væru svangir. Og með þeim samdist svo að við, herflokkurinn, smöluðum saman fyrir hann heilu hrossastóði sem var þar á beit út með hlíðinni og kæmum því öllu heim á bæ, járnuðum nokkra af klárunum, – og þetta gerðum við í snatri og svo var matast.

Þá komu bræðurnir út, Þórður var rólegur en Tumi lét augun hvarfla hingað og þangað, var greinilega með áhyggjur hvað okkur hinum þætti um hann, hvort við héldum nokkuð að hann hefði verið svínbeygður. En Þórður kynnti okkur lágmæltur, nógu lágmæltur til að allir urðu að þegja og hlusta, að á morgun skyldum við halda áleiðis suður í Hítardal á Mýrum, að Lofti nokkrum sem þar byggi, – sá hefði verið með Gissuri og Kolbeini á Örlygsstaðafundi og jafnan reynst Sturlungum illa. Á hans bæ kváðu vera vopnabirgðir nokkrar, misvel fengnar, – þær skyldum við gera upptækar og sömuleiðis hesta sem við næðum til, en gera að öðru leyti lítinn usla og engum mein, allra síst konum, börnum og þeim sem væru litlir fyrir sér. Og frá Hítardal skyldum við svo reyna hleypiför suður yfir heiðar, reyna að koma Sunnlendingum í opna skjöldu, heimta gjöld og fébætur af bændum eftir því sem kostur væri; reyna að skjóta þeim skelk í bringu þótt við værum heldur fáliðaðir, en hafa okkur svo á brott sem skjótast áður en þeir næðu vopnum sínum, áður en þeir gætu safnað liði eða sent eftir aðstoð og mannafla til Kolbeins unga.

Á öðrum degi okkar ferðalags mættum við þremur hlaupakellingum; þær fetuðu sig eftir heiðarvegi, vöfðu sig sjölum og teppum, – þetta voru beiningamanneskjur. Þær horfðu samt á okkur með undrun og jafnvel örlitla vorkunn í svipnum, – sér í lagi ein þeirra, hún stóð kyrr og starði, mest á Þórð sem fór fremstur og var einbeittur, leit hvorki til hægri né vinstri, allra síst á eina vesæla förukonu sem starði eins og hún væri vitskert, – en kannski hefur henni bara þótt svona undarleg okkar för, og trúlega vorum við ekki gæfulegir að sjá; nokkrir reyndar vopnaðir og ríðandi eða með hest í taumi, en flestir fótgangandi og allslausir og sannarlega klæddir eins og umrenningar …

En allt skánaði það er við komum í Hítardal. Við vorum á gægjum í nágrenni bæjarins um stund, lágum í felum og fylgdumst með og sáum brátt að þar var tæpast mikill viðbúnaður eða vörn fyrir landi. Og Þórður mælti svo fyrir að við sem værum með hesta skyldum fara fyrir og hrista vopn og hrópa en allir hinir hlaupa í kjölfarið með öskrum og veifandi þeim bareflum sem þeir hefðu eða gætu fundið sér; sumir rifu upp trjáhríslur eða fúasprek úr götu og vígbjuggu sig með þessu. Og þetta hreif, því að þegar heimamenn urðu varir við flokkinn nálgast með óhljóðum köstuðu menn frá sér amboðum og hlupu frá sínum verkum og tóku til fótanna hver sem betur gat. Og voru engir eftir á bænum nema tveir kararmenn þegar við komum.

Eftir nokkra leit fundum við mikinn sæg vopna hálffalinn í hlöðu; spjót, skildir, axir, – sumt gamalt og flasað en annað með ágætum. Þarna voru einnig tvær hringabrynjur og nokkrar stálhúfur, og gerðust nú margir í okkar hópi til mikilla muna hermannlegri. Afgang vopnanna bundum við upp á hesta sem voru ófáir þar við bæinn eða í heimatúnum. Það var sigurgalsi í hópnum og kröfðust þess nokkrir að við færum á eftir Lofti og hans mönnum til að handhöggva, gelda og blinda, en Þórður sagðist ekki nenna því. Nú lægi á að komast suður yfir heiðar áður en spyrðist til okkar ferða.

Við héldum á Kaldadal og frá Þingvöllum yfir Lyngdalsheiðina, áðum um stund við Laugarvatn, riðum hjá Apavatni þar sem Sturlu Sighvatssyni hafði skömmu áður en hann féll tekist að gabba Gissur Þorvaldsson á sitt vald, en skorti svo grimmd til að ráða hann af dögum með alkunnum afleiðingum, – en við vorum ekki að hugsa um það. Yfir Brúará og í hvarfi við Miklaholt héldum við í Bræðratungu, að búi Gissurar Þorvaldssonar. Það lá einhvernveginn beinast við. Ég held að Tumi hafi ráðið mestu um að við fórum þangað, en það reyndist með öllu vanhugsað, – þar var engin vörn fyrir landi og þangað var ekkert að sækja. Þóra gamla, móðir Gissurar, hafði þar búsforráð í hans fjarveru, og henni átti enginn neitt illt að gjalda. Og hún hafði fyrir einhverja undarlega hendingu frétt að við værum á leiðinni, og henni varð svo mikið um að hún lét bera öll verðmæti og allar matarbirgðir til kirkju, fór svo og lokaði sig þar inni með öllu sínu hyski. Ekkert var eftir nema fáeinir gripir í túni, og flautaker mikið í búri ásamt sýrukirnu og stampi með áfum.

Þungvopnaður og vígafús herflokkurinn eigraði um húsin, rak upp stöku öskur og hristi vopnin, en „hér er ekkert fyrir menn að gera," sagði Svarthöfði bróðir …

FLÆKINGSHUNDUR

Þótt það sé verið að uppnefna mann þetta og hreyta í mann ónotum víða og kellingar af báðum kynjum gefi manni illt auga er maður nálgast bæina á einhverju rölti og heimafólkið fari jafnframt að gæta að sínum eigum og matarbirgðum og jafnvel heimasætum siðprúðum og tauta um hvinnsku og lausung er mann ber fyrir þeirra sjónir, þá geta sumrin samt verið blíð og ljúf ef maður er engum bundinn. En nú var vetur í lofti og þá setur að manni haustkvíðann og þá þarf að finna ráð til að komast í húsaskjól einhversstaðar þar sem orðstír manns er í hærri metum en mykjuflugunnar sem sveimar í kringum skítadrelli á túnum, og ef sá staður ekki liggur á lausu þá þarf maður að koma sér í mjúkinn með blíðu tali við húsfreyjur eða þó allra helst með því að vinna eitthvert guðsþakkarvert gustuk óbeðinn eins og að skila einhverju týndu, til að mynda lambhrúti sem ekki hefur skilað sér úr sumarhögum ... Þetta var ég að hugsa í haustkælunni þetta kvöld er ég lá einn í svartri þoku og vermdi mig í heitu lauginni við Laugarvatn og lét hugann reika til næturstaðar sem ég hafði gert mér í helli þar ekki fjarri og þar sem vistin var heldur ókræsileg. Og þá heyrði ég hófaslögin utan úr þokunni, heyrði þau nálgast ...

Og þá var ég þokunni feginn því þótt lífsmark að nóttu geti boðað gott fyrir einn og svangan förumann eru líka allskyns óhræsismenn á sveimi og gott að geta valið sjálfur hverja maður vill fyrirhitta, – og eitthvað var það strax sem mér þótti geigvænlegt við þennan flokk sem ég heyrði nálgast; kannski var það fjöldinn, kannski að ég þóttist heyra glamur í vopnum, eða hinir undarlega digru karlarómar sem skiptust á köldum hlátrum. Ég flýtti mér upp úr lauginni og þerraði mig á hlaupum eitthvað í burtu því að flokkurinn var á samri stundu kominn þarna niður á vatnsbakkann, og augnablik rifaði í gegnum þokuna og þá sá ég svo ekki varð um villst að þarna voru vígamenn á ferð; stórkarlalegir menn með vopn og skildi, – menn af því tagi sem víla ekki fyrir sér að draga yfir barkann á einum vesælum flækingi. Ég hélt að mín hinsta stund væri upprunnin, – að tennurnar glömruðu svo hátt í munninum á mér að þeir kæmust ekki hjá að heyra. Ég kastaði mér niður, grúfði andlitið á milli þúfna, reyndi að vera hreyfingarlaus eins og mús undir fjalaketti.

Svo varð ég þess var að þeir voru að gera sig líklega til að leyfa hestum sínum að bíta og drekka og kannski hvíla sjálfa sig fyrir komandi hervirki, – ég greindi stundum orðaskil og tveir þeirra voru að ræða hvert skyldi haldið. Sérlega var ein röddin hávær eins og maðurinn væri í æstu skapi, hann talaði um Bræðratungu, Bræðratungu, – það er höfuðból hér í sveitinni, bær Gissurar Þorvaldssonar, og þá setti að mér illan grun ... Mér heyrðist einhver vera að andmæla unga manninum með hvellu og æstu röddina því að skömmu síðar heyrði ég hann hækka róminn og segja að hann varðaði ekkert um það þótt Gissur sjálfur væri ekki á landinu, hann ætti nægra harma að hefna samt.

Og svo henti það ótrúlega, eins og gerist í hverri annarri lygisögu, – er ég síðar sagði frá þessu héldu flestir mig skrökva, – að hann nefndi nafnið sitt! Hann sagði, hátt skýrt og reiðilega, og þetta get ég svarið: „Er ég ekki Tumi Sighvatsson?!“

Og þá rann upp fyrir mér að hér var á ferðinni sú versta skelfing og ógn sem gat komið yfir okkar friðsælu sveitir, það sem allt guðhrætt og óbrotið fólk óttaðist mest, já og reyndar höfðingjarnir líka; nú var að ljósta þessa sveit, eins og reiði Guðs forðum laust bersyndugar borgir, hinn grimmi og blóðþyrsti her Sturlunganna.

Þarna voru komnir þeir sem eftir lifðu ættarinnar og hennar fylgismanna, blindaðir af hefndarþorsta og heiftaræði hinna niðurlægðu, – komnir til að brenna bæi og akra, drepa menn og pína og meiða, svívirða konur og skilja eftir sviðna jörð eyðileggingar og ógna; þessu höfðu menn og konur og börn í bænum sínum og áköllum beðið Guð að forða sveitinni frá alveg frá því bardaginn mikli var á Örlygsstöðum þar sem höfðingjar Sturlunganna voru höggnir hver á fætur öðrum, – og enginn hafði síðan getað trúað því í hjarta sínu að slíkur ættbogi vígamanna og morðingja myndi láta þess óhefnt um alla eilífð.

Ég fann að líf mitt lá við því að þeir yrðu mín ekki varir, þeir myndu kremja mig eins og hverja aðra pöddu svo ég gæti ekki farið og varað fólk við, eða sem verra var, þeir væru vísir til að kvelja mig og pína svo ég segði þeim allt af létta um hvernig ástatt væri í sveitinni, og drepa mig svo. Ég var svo hræddur að ég þorði ekki að hreyfa mig til að kasta af mér vatni, og varð feginn því að vera klæddur kufli einum fata, en skömmu síðar ákvað ég að reyna að mjaka mér á braut; vígamannaflokkurinn virtist ætla að hvílast um stundarsakir. Þokan var þétt og mér tókst að skreiðast lengra og lengra, – loks eftir óratíma taldi ég óhætt að fara upp á fæturna og hlaupa. Ég hljóp álútur og er ég hafði hlaupið að minnsta kosti fjórðung næturinnar varð fyrir mér ókunnur hestur sem ég náði að handsama. Á honum þeysti ég í Bræðratungu og vakti alla upp á bænum með heitum áköllum og viðvörunum. Nokkrir skapstirðir vinnumenn komu út og slógu mig niður og spörkuðu í mig liggjandi og drógu mig svo upp á hárinu og sögðu:

– Hvað ertu að segja, flækingshundur?!

En þá var Þóra gamla húsfreyja komin út á hlaðið og þótt ég væri eins og dauðadrukkinn af kvölum og áreynslu og ég fyndi vella upp úr mér blóð og lungu tókst mér að stynja upp fréttunum um að óvígur her Sturlunga væri kominn í sveitina og að trúlega myndi hann ráðast á bæinn á hverri stundu. Og er Þóra gamla skildi tíðindin skipaði hún umsvifalaust að allur matur og öll verðmæti yrðu borin til kirkju og að þar skyldi fólk koma sér fyrir; eina von fólks væri sú að Sturlungarnir virtu kirkjugrið. Mér var grýtt niður í hlaðforina og í þakkastað var æpt á mig að af mér legði hlandstegg. Ég teygði upp hendur og bað fólk grátandi að skilja mig ekki eftir einan, en því var ekki sinnt. Ég heyrði Þóru senda strák upp í Skálholt til að gera menn á biskupsstólnum vara við. Loks komu góðhjartaðir menn og dröslaðu mér inn í kirkjuna og mátti ekki tæpara standa því um það bil sem slagbröndum var slegið fyrir hurðina heyrðust þung hófaslög herflokksins nálgast upp bæjartraðirnar og holur og klúr hljómur vopna sem slógust utan í skildi blönduðust æstu gelti bæjarhundanna sem hlupu urrandi ýmist gegn eða undan skelfingunni sjálfri.

TUMI

■

Er ég ekki Tumi Sighvatsson? Á það að þurfa að vefjast fyrir einhverjum? Eiga menn ekki að taka mark á því sem ég segi?

Þórður bróðir heldur að hann ráði öllu. – Hvað kemur honum til að halda það? Og hann skipar bara fyrir. „Ég ætla mér hitt og ég ætla mér þetta," segir hann. En hvað um það sem ég ætla mér? Ætli það skipti nú minna máli? Eða ætlast hann til þess að ég bara snúist og veltist og þeytist og skammist eftir hans hugdettum?

Menn verða að skilja að ég ræð ekkert síður en hann. Þótt hann hafi verið úti í Noregi. Gerir það menn merkilega að hafa farið til Noregs?! Ég á einhverntíma eftir að fara til Noregs. Menn skulu fá að sjá það! Auk þess sem ég hef heyrt að Þórður hafi bara verið í tómu klúðri úti í Noregi, drykkjuskap og vesöld.

Allt í lagi, hann er bróðir minn, við bræðurnir eigum að ráða. Ekki bara hann. Heldur ég líka. Ég er þrátt fyrir allt Tumi Sighvatsson, og læt ekki siga mér eins og hundi. Því að það erum við báðir sem ætlum að rétta okkar hlut og okkar systkinanna. Þessvegna getur manni sárnað að sjá Þórð koma eftir að hafa verið í gleðskap og slarki í útlöndum í öll þessi ár og láta eins og þetta sé eitthvert einkamál hans.

Og að hann segi mér að þegja, eins og gerðist vestur á Barðaströnd, er geymt en ekki gleymt af minni hálfu ...

En þó tók steininn úr er við komum í Bræðratungu og allt fólk var flúið af bænum eða í kirkju, því þá ætlaði Þórður að banna liðinu að éta.

Banna liðinu að éta!

Þá var mér nóg boðið, þá var mælirinn fullur og skekinn.

Gleymum því ekki að við höfðum verið lengi á ferðinni í hrollkaldri þoku, og þarna var bær óvinar okkar, Gissurar Þorvaldssonar, sem eigin hendi hafði veitt Sturlu bróður okkar banahöggið, og við vorum komnir til að hefna þess. En þá kemur Þórður askvaðandi þangað sem ég og Ásbjörn Guðmundsson og nokkrir aðrir vorum búnir að króa af fáeina kálfa sem við ætluðum að slátra, og Þórður æpir frekjulega að við skulum láta skepnurnar í friði, hér skuli engu spillt!

Engu spillt?! Hverslags stríð heldur mannfíflið að þetta sé?!

Og hann er ekkert að skýra þetta nánar. Og ekkert heldur að víla það fyrir sér að gefa mér, Tuma Sighvatssyni, svona fyrirmæli, fyrir framan nefið á okkar liði, eins og ég sé bara einhver óbreyttur fjósamaður í hans þjónustu.

Auðvitað varð ég reiður, mér sortnaði satt best að segja fyrir augum, það lá við að ég ryki í hann, – og kannski hefði ég gert það ef tveir af Dufgussonum hefðu ekki staðið þarna við hlið hans, en þeir virðast einhverra hluta vegna álíta það alveg sjálfsagt og eðlilegt að Þórður ráði öllu, að hann sé einhver yfirforingi í okkar sveit. Þetta eru heimskingjar …

Ég elti Þórð og hvæsti í eyru hans að ég vildi tala við hann í einrúmi, og spurði svo hver djöfullinn væri um að vera hér?

Og hann sagði: „Ég vil ekki láta spilla neinu, við erum engir stigamenn.“

Ég var sallarólegur. En spurði samt hvað hann héldi að við værum að gera þarna? Ha? Hvað við værum eiginlega að gera þarna?! Ha?! „Er þetta ekki bær Gissurar Þorvaldssonar?!“ spurði ég. „Sem drap og lét drepa föður okkar og bræður? Ha? Eða er ég að misskilja eitthvað?! Er þetta ekki bær Gissurar Þorvaldssonar sem þar á ofan lét drepa skáldið Snorrra, frænda okkar? Sendi flugumenn heim til hans um nótt og lét höggva hann á nærklæðunum niðri í kjallara. Og erum við ekki komnir til að hefna þess? Eða erum við við bara á einhverri lystireisu hér sunnanlands?!“ Svona spurði ég. Og lét þess jafnframt getið að mér væri efst í hug að láta brenna bæinn. Og jafnframt handhöggva og fóthöggva og gelda og blinda þá menn í sveitinni sem verið hefðu í liði Gissurar, – ég vildi siga mínum mönnum á tiltækar píkur, og þótt fólk hefði flúið í kirkju þætti mér sanngjarnast að það fengi þau kirkjugrið ein sem bræður okkar hefðu notið eftir Örlygsstaðabardaga, – réttast væri að dreita þennan skríl inni eða bara snara ofan af honum þessu kirkjuræksni sem hvort sem er mætti kallast vanheilagt af því að vera slíku illþýði skjól. Já! Nokkurnveginn þetta og reyndar ýmislegt fleira sagði ég við Þórð. Því ég get verið mælskur þegar sá gállinn er á mér! Þeir vita það sem lent hafa í tungufossinum! Hahaha! Og líklega hefur Þórður orðið dálítið hræddur, nú var honum trúlega tekið að skiljast að ég yrði ekkert sniðgenginn eins og einhver ómerkingur, því hann svaraði mér varla, – hefur trúlega eitthvað verið farinn að missa móðinn. Tautaði loksins:

„Nú býr hér gömul ekkja og þótt hún sé móðir Gissurar er ég ekki hingað kominn til að spilla heimilum gamalmenna."

Þá er „ég" ekki hingað kominn?! En hvað með mig, Tuma Sighvatsson?! Ennþá hvarflaði ekki að honum að spyrja hverra erinda ég væri hingað kominn. Bara hann! Ég hefði sagt honum að halda kjafti, slegið hann utan undir, ef Dufgussynirnir hefðu ekki haldið sig þarna innan seilingar. Djöfulinn voru þeir að snuddast? Var ég ekki búinn að segja að ég vildi tala við bróður minn í einrúmi?!

„Hérna, færið ykkur aðeins," sagði ég, og bandaði til þeirra hendinni, „við bræðurnir erum að ræða málin."

En þá gekk Þórður til þeirra og sagði án þess að virða mig viðlits: „Þetta er allt í lagi, málið er útrætt."

Það eina sem heimamenn höfðu ekki borið til kirkju var stórt ker með flautum sem stóð innarlega á skálagólfi. Og það næsta sem ég vissi var að Þórður var kominn inn í bæ og farinn að hundskamma okkar menn fyrir að drekka úr flautakerinu. Ásbjörn Guðmundsson og fleiri góðir drengir voru reknir út á hlað þurrkandi sér um munn og andlit, og fölir af bræði yfir að vera skammaðir eins og óhlýðnir krakkar. Stundum held ég að Þórður sé ekki með öllum mjalla, að vera að ausa ákúrum yfir menn eins og Ásbjörn; hann er enginn venjulegur aumingi sem lætur skammmma sig eins og hund, hann hefur drepið menn fyrir minna, og konur líka, – þetta er engin kveif.

Við stóðum úti undir húsvegg skömmu síðar, ég og Ásbjörn og eitthvað tíu aðrir, þar á meðal Svíarnir tveir. Og Ásbjörn spurði:

„Hvað erum við eiginlega að gera hérna? Hvar eru píkurnar sem við áttum að nauðga? Hvar eru mennirnir sem við áttum að fá að drepa?!“

Hverju átti ég að svara þessu? Nokkrir hinna samsinntu Ásbirni, þeir voru fúlir og svangir. Og mér var ekki beinlínis ljúft að þurfa að viðurkenna að bróður mínum væri því miður að bila kjarkurinn. Hann hefði hreinlega ekki þá hugdirfsku sem þyrfti til svona herfara. Og að sjálfur teldi ég réttast að skilja hann hreinlega eftir hérna og halda með flokkinn út í sveitir, austur yfir ár og herja þar býlin eins og alltaf hafði verið ætlunin; okkur hafði þá borist um það njósn að vopnfærir menn streymdu úr sveitunum og að biskupssetrinu í Skálholti en að eftir heima á bæjunum væru einar saman konur og liðléttingar. Það bar því vel í veiði!

Og Ásbjörn og fleiri voru æstir í að halda af stað, til að sinna okkar erindum, – og ég sagði þá, mér var varla stætt á öðru; að við skyldum ganga á milli liðsmanna og kanna þeirra hug, – sjá hverjir vildu fylgja mér. Þórður mætti mín vegna verða eftir í Bræðratungu, ráfa hér þegjandi á milli bæjarhúsa með sinn deiga hug og tóman maga.

BJÖRN DRUMBUR

■

Þarna í Tungu vorum við bræðurnir, ja, hvað skal segja ... Hvernig á að orða það? Við vorum eiginlega hættir ... Svarthöfði bróðir sagði: „Ég er kominn á fremsta hlunn með að fara heim." Já. Ég held að það sé ekki hægt að orða það betur.

Hvers vegna? Ég veit það ekki ... Og þó, það verður að vera forysta. Það verður að vera forysta. Og við vorum með þá báða bræðurna, og það var eins og þeir vissu ekki hver ætti að ráða. Eða, allavega ekki sá litli. Við héldum allir, eða flestir, að Þórður væri foringinn, en svo var Tumi bara með æsinginn við hann, og Þórður virtist ekki vera maður til að taka af skarið, ekki þarna minnsta kosti. Ja, ég veit það ekki, en ef við bræðurnir værum eitthvað svona að ... að bralla, þá myndi Svarthöfði bróðir auðvitað vera foringinn, ég veit að Kolbeinn bróðir myndi líka vilja hafa það þannig, því Svarthöfði bróðir er elstur og fleira, við Kolbeinn bróðir vitum það báðir ...

Þórður Kakali vildi ekki brenna bæi og eyða sveitum. Allt í lagi. Það var bara gott. En Tumi var ósammála, og við vitum ekki fyrr til en að það koma menn og spyrja okkur bræðurna: „Ætlið þið að vera hérna með Þórði eða fara með Tuma austur yfir ár?“ „Ha, hvað?“ sögðum við bara, við bræðurnir, – „Tuma austur yfir ár?“ Já, Tumi ætlaði þá austur yfir ár, og margir með honum víst, herja á bæi, hefna, Tumi þekkti vel til þar í sveitunum, svo ætti flokkurinn alltaf griðastað á Keldum hjá Hálfdani og Steinvöru. „Við förum ef Þórður fer,“ sagði Svarthöfði bróðir. „Þórður fer ekki,“ sagði Ásbjörn Guðmundsson, „menn verða að velja um að fylgja Tuma eða svelta hér með Þórði.“ Og það kom á daginn að margir ætluðu að fylgja Tuma, sumir voru óðir og uppvægir, aðrir hálfvolgir. Og Þórður skipti sér ekki af þessu. Svo það var mest vegna þess að Svarthöfði bróðir og Kolbeinn bróðir sögðu að þeir menn væru liðhlaupar og hugleysingjar sem svikjust frá flokknum að flestir ákváðu að vera um kyrrt. Þeir voru bara tólf sem fóru með Tuma, Ásbjörn og Svíarnir og fleiri; þeir riðu skæting á brott, æptu að við hinir værum hugleysingjarnir, við gætum staðið með vatnskjaftinn í Tungu, eða tungu, þeir væru farnir að ná sér í mat og drykk og píkur. Og hurfu á braut. Við horfðum á eftir þeim og sögðum ekki neitt, ekki heldur Þórður, nema hann tautaði eitthvað sem svo að það væri fínt að vera laus við þessi fífl. Það hljómaði eins og mannalæti, hann vissi jafn vel og við hinir að við máttum ekki við því að missa nokkurn einasta mann úr okkar fámenna flokki. Og það var þá sem Svarthöfði bróðir sagði þetta með fremsta hlunninn, að við ættum kannski bara að fara ... En Kolbeinn bróðir sagði eitthvað sem svo að við yrðum að gefa Þórði tækifæri. Ha? Ég sagði „ég veit það ekki …“ en Svarthöfði bróðir var þá á sama máli og Kolbeinn bróðir, líklega vorum við allir á sama máli bræðurnir, við erum það oftast, og það svona talaðist á milli okkar að ef Þórður kæmi með tillögu eða áætlun sem sýndi að hann væri ekki banginn, að hann ætlaði sér eitthvað og væri tilbúinn að taka áhættu, þá myndum við fylgja honum. Ég veit það ekki. Eða … jú auðvitað, við erum með, bræðurnir …

ÞÓRÐUR

■

Þvílík endaleysa ...

Herförin var auðvitað runnin út í sandinn, ef yfirleitt var hægt að kalla þetta herför, – og það sem lá beinast við var að fara með þennan afgang af flokknum, af „hernum," á nýjan leik vestur á firði þar sem helst var skjóls að vænta ...

Ég hafði átt von á öllu illu um hríð, en ekki því að Tumi bróðir sviki mig svona svínslega; ég hafði ákveðið að láta sem ég bæri virðingu fyrir hans tillögum, reyna það af fremsta megni, til að halda flokknum saman, en svo var hann bara á förum, með lungann úr liðinu skildist mér ...

En þegar menn urðu að velja um hvort þeir fylgdu honum eða mér komu vomur á marga, og bæði sá einhenti og sá tunguskorni gengu yfir til mín, og þá glaðnaði dálítið innra með mér því að þeir voru þrátt fyrir allt Tumamenn frá upphafi, – þeir þekktu hann best, en vildu samt heldur lúta minni forystu, kannski einmitt vegna þess að þeir þekktu hann … Og Dufgussynir ætluðu ekki að elta Tuma, það munaði miklu, en ég fann líka að þeir vildu að ég tæki af skarið, reyndi að hafa aga á flokknum, ég fann að ég varð að fara að leika hershöfðingja, í stríði sem ég vissi varla hvort geisaði …

Að snúa til baka, með lafandi skottið, eftir að hafa verið niðurlægður af eigin liðsmönnum, af sjálfum litla bróður, án þess að hafa áorkað nokkru, án þess að hafa komið nokkru í verk, það jafngilti auðvitað algerri uppgjöf, endalokum minna erinda, – þessi staðreynd blasti þarna við mér, skír og klár. Og ég gat ekki beðið, hugsað málin, hvílt mig, því eitthvað varð ég að gera, og það strax. Annars myndi ég aldrei geta fengið nokkurn á mitt band framar, fengið nokkurn til að trúa því að ég gæti náð neinum árangri, – ég hefði ekki einu sinni getað haldið saman þessum litla flokki sem var þó mín eina vörn.

Það var oft verið að berjast á drykkjukránum í Noregi eða við sumbl á herskálunum, og oft henti það mann að standa skyndilega andspænis fjandmanni sem var sterkari eða liðfleiri, og stundum hvort tveggja. Og gegn ofurefli dugir ekki hik og ekki hálfkák, maður má aldrei bíða eftir frumkvæði öflugri andstæðings, þannig er þetta líka í tafli; eina vonin er sú að gera árás af öllu afli, – beita öllum brögðum og vopnum strax og án miskunnar, koma ofureflinu úr jafnvægi; það má alls ekki gefa andstæðingnum tíma til að hugsa eða ná vopnum sínum, ekki fyrr en þú ert búinn að demba á hann öllu sem þú hefur yfir að ráða, og innbyrða sigur eða vera að öðrum kosti horfinn út í buskann …

Við urðum að reyna eitthvað stórt, eitthvað sem enginn gæti kallað ragmannlegt yfirklór hins sigraða, eins og kannski lá beinast við að reyna. Ég hóaði í snatri saman mönnunum; sumir höfðu lagst til svefns, aðrir ranglað út á tún eða niður með á, sumir voru að huga að hestum sínum; nokkrir voru að reyna að gægjast inn í kirkjuna á þá sem þar hímdu, – kerlingarrödd að innan sparði hvergi á þá ókvæðin, ég skipaði þeim að halda kjafti og snáfa þangað sem ég stóð. Dufgussynir litu upp, þeir höfðu verið að hvessa vopnin, reyna bit sverðs og öxar á skeggi sínu. Ég gekk út á túnið og mennirnir á eftir mér, ég vildi tryggja að fólkið í kirkjunni heyrði ekki til okkar, og brátt stóð sveitin þarna andspænis mér; allir voru þeir þöglir og alvarlegir, ég varð að stilla mig um að fara ekki að hlæja, ég komst í svo gott skap að horfa á þá, þrátt fyrir allt mótlætið.

„Eins og þið vitið drengir góðir," sagði ég, „þá munu Sunnlendingar hafa búið um sig í Skálholti. Skástu heimildir segja að þeir séu tífalt fleiri en við. Hvað eigum við að gera?"

Ég vissi að við þessu ættu þeir ekkert svar. Nokkrir fóru að aka sér til, klóra sér í fáti, horfa út í buskann. Teitur Styrmisson frændi minn, sautján ára, óvenjulega bjartsýnn og áhugasamur, hann var greinilega að reyna að hugsa upp einhverja tillögu, hélt greinilega að ég biði hans álits með öndina í hálsinum, – hann var með glóð í augum, en fann samt ekki upp á öðru en að spyrja á móti:

„Já, hvað dettur þér í hug, foringi?"

„Ég legg til að við förum og ráðumst á Skálholt." Sagði ég. „Leyfum þeim að kenna á okkur."

Mennirnir horfðu fyrst á mig með efasemdarsvip, eins og þeir væru ekki vissir um að hafa skilið eða heyrt það sem ég sagði. Svo sá ég að gleði kviknaði í nokkrum andlitum, – Björn drumbur varð eitt sólskinsbros. Hann horfði uppveðraður á bræður sína, og þegar glaðnaði til í dimmum augum Svarthöfða og Kolbeins granar braust hlátur upp úr Drumbnum, – skær og gjallandi gleðihlátur. Og hláturinn var smitandi og breiddist út um flokkinn og brátt voru allir farnir að tygja sig með gleðirokum og hvatningarópum, – mig hafði ekki órað fyrir því að svona mikil lífshamingja gæti búið í hjörtum þessara þursa. Og án þess þetta væri rætt frekar vorum við innan skamms á stökki allir saman í átt til biskupsstólsins; það glampaði á skildi og spjótsodda í afturreldingunni, en svo huldi myrkrið himin og land og brátt sáum við ekki hver annan, heyrðum einungis hófaslögin og einbeitingu hópsins sem fór hratt yfir í myrkrinu …

TEITUR STYRMISSON

■

Þarna gerðist það sem ég hafði heyrt að gæti hent ef gæfa fylgdi mönnum í hernaði: Það var hrævarlog á spjótsoddum okkar í myrkrinu. Og Þórður fór fremstur og það var eins og það hefði ræst úr honum, það glóði í kringum hann, og ég minntist þess að móðir mín sagði eftir Örlygsstaðabardaga þegar einhver var að tala um að Þórði hefði verið hlíft við að vera þar: „Þá er ekki víst að þetta hefði endað jafn illa."

Nú fannst mér sem ég skildi hana.

Þarna birtust ljósin á biskupsstólnum; mig hafði ekki grunað að jafn mikil ljós loguðu á einum stað. Þau lagði úr gluggum og frá búðum herflokka þar í kring, þarna var greinilega mikill mannfjöldi. Við hægðum á okkur, stönsuðum, veður var alveg kyrrt, örlítið ógnvænlegt, logn á undan stormi …

Þórður sagði mönnum að hafa vopnin handbær, sagði að við skyldum allir saman ráðast á fyrirstöðuna þar sem hún væri þéttust. Aftur hló Björn drumbur og það var smitandi, við slógum í hestana og æptum. Og heimamenn urðu okkar loks varir og þá virtist mikið fát grípa um sig, við heyrðum skelfingarvein og einhver kallaði: „Þeir eru að koma!“ og við sáum asa og pat á skuggum við eldana. Þórður hóf upp sverð og aftur sá ég hrævarlog; við stukkum inn í kirkjugarð á hestunum, þar höfðu sunnanmenn búið um sig, en við hjuggum á báðar hendur.

HJALTI MAGNÚSSON

■

Óhugnanlegastur var þessi hlátur sem barst að eyrum okkar utan úr dimmri nóttinni. Hann var hræðilegur, ómennskur, draugslegur, boðaði blóð og hörmungar, – og svo heyrðum við hófaslögin, vopnaglamrið, þeir voru komnir ...

Og það er nú einu sinni þannig, hvernig sem á því stendur, að þegar eitthvað er yfirvofandi og maður hefur einbeitt sér að því að bíða þess, kannski á milli vonar og ótta eða með geig í brjósti, þá bregður manni jafnvel enn meir þegar það brestur á heldur en þegar eitthvað kemur manni alveg í opna skjöldu. Og þannig var það auðvitað þarna um nóttina í Skálholti, – við höfðum bara heyrt að Þórður Kakali væri kominn með flokk manna í héraðið, fullur blóðþorsta og hefndaræðis; með flokk vígamanna sem svifust einskis til að hefna harma Sturlunganna frá Örlygsstöðum, og vissulega voru það miklar raunir sem þeir máttu þola á þeim fundi. Og hvað átti ég að gera? Ég veit að sumir eru að atyrða mig fyrir hugleysi og úrræðaleysi, en ég var í vondri stöðu. Gissur Þorvaldsson getur ekki drepið fjölda manns, eins og þá Sighvat og hans syni, og farið svo úr landi og sagt mér að gæta alls hans fólks hér í þessum víðlendu sveitum ef einhverjir skyldu koma og vilja hefna hans illgerða. Ég vissi ekki hversu mörgum mönnum Þórður hafði á að skipa, vera má að einhver hafi sagt mér að þeir væru kannski ekki sérlega margir, en mér var þó kunnugt um að í hópnum væru alræmdir morðingjar og illvirkjar, auk manna á borð við þá Dufgussyni sem eru marghertir bardagamenn sem öllum landslýð stendur stuggur af. Svo að ég gerði það sem ég taldi réttast, stefndi mönnum að Skálholti þar sem vígi voru traustust og birgðir matar og vopna mestar.

Að Þórður skyldi svo koma í skjóli nætur, birtast bara utan úr myrkrinu og ráðast á biskupsstólinn, – og skellihlæjandi – það túlkaði ég að sjálfsögðu þannig að hann væri með mikið lið og teldi sig hafa í fullu tré við okkur, og því varð ég að reyna að hugsa fljótt. Það var verið að kvista menn niður um allan garð, svo að ég varð að vera skjótráður, og það varð úr er ég fann að óvinirnir höfðu ekki umkringt staðinn að ég sendi nokkra af mínum bestu mönnum af stað norður yfir heiðar til að afla hjálpar og liðstyrks hjá Kolbeini unga.

Þannig var það nú bara. Maður gerir auðvitað ekki annað en það sem maður telur réttast og skynsamlegast hverju sinni. Sigvarður biskup var líka búinn að bjóða mér alla þá aðstoð sem hann mætti veita, og ég sendi menn til að vekja hann. Það var mikill mannfjöldi á staðnum, liðssafnaður úr sveitunum beggja vegna Þjórsár, og menn ruddust í ofboði inn í húsin og inn í kirkjuna, því það var verið að höggva menn og berja úti í myrkrinu og aumleg og hörmuleg voru veinin sem þaðan bárust í bland við kuldahlátra árásarmannanna; þeim virtist þykja eitthvað sérstaklega gleðilegt við þetta allt saman – þeir hlógu og hlógu, blóðugir upp að öxlum. Sigvarður biskup kom út gráskeggjaður og úfinn á nærklæðunum, vankaður og argur, og ég bað hann lengstra orða að reyna að hjálpa okkur, og hann hvarf og kom svo aftur og var búinn að steypa biskupskuflinum yfir sig til hálfs og var að hagræða mítri á höfðinu; nokkrir prestar fylgdu honum, lafhræddir þó, því að Sighvatssynir, að minnsta kosti Sturla heitinn, höfðu oft legið á því lúalagi að gelda presta sem þeim var í nöp við, en með þennan flokk hljóp biskup út í garðinn og hóf upp kristslíkneski á krossi og heilaga jómfrú og fyrirbauð Þórði og hans mönnum að vinna frekari spellvirki á staðnum eða verða bannfærðir ella. Við þetta slumaði nokkuð í árásarmönnum, vopnabrakið hljóðnaði. Nokkrir Sunnlendingar notuðu tækifærið og köstuðu vopnum og skutust í hús í skjóli nætur. Þeir sem voru sárir drögnuðust eða voru dregnir til húsa, fyrir guðs miskunn reyndust aðeins tveir vera fallnir, þeir náðust einnig í hús …

Þórður kallaði til biskups, vildi vita fyrir hvaða sakir þeir yrðu bannfærðir. Þeir voru greinilega hálfsmeykir við þetta.

Og Sigvarði biskup varð ekki orða vant, – það hefur oft mátt dást að því hve gamli maðurinn getur verið skjótráður og úrræðagóður, og hann sagði:

– Bannsettur sért þú og allir þínir menn fyrir að hafa drukkið flautir og áfir og spillt sýrukerjum gamallar ekkju hér í Tungunni!

Nú hljóðnaði Þórður um sinn, en svo mátti heyra hann hefja upp rödd sína, skerandi og gjallandi. Sagðist hann eiga ærinna harma að hefna við þá Sunnlendinga, er hafi drepið föður hans og bræður en gert eignir flestar upptækar, þar á meðal hans lögmætan arf. En biskup svarði því til að nær væri honum þá að leita réttar síns eftir samningaleiðum að siðaðra manna hætti, en að ráðast á menn með báli og brandi á helgum stað. Og það varð úr að við vorum kallaðir í fáti á vettvang til að semja við Þórð, ég og þrír af hinum stærri bændum.

Þarna var að renna upp fyrir okkur að Þórður væri mun fáliðaðri en menn hugðu, og því fékk ég þá snjöllu hugmynd að hinir bændurnir og biskupsmenn hæfu samningana við Þórð, og reyndu helst að þæfa þá og draga á langinn, en ég flýtti mér af stað norður í kjölfar hinna til að segja Kolbeini að flýta sér sem mest hann mætti, vegna þessarar hernaðaráætlunar sem ég nú hafði mótað. Svo ég hélt af stað við áttunda mann og okkur tókst á einhvern hátt að lauma okkur í gegnum raðir umsátursmanna án þess að þeir yrðu okkar varir, eða, sem vissulega var einkennilegt, við þeirra … Það var á sinn hátt jafn óvænt og næstum eins skelfilegt og tilfinningin sem fylgdi því að heyra þennan undarlega hlátur, – minningin um hann heldur enn fyrir mér vöku á nóttum …

KOLBEINN UNGI

■

Takmarkalaus heimska og fyrirhyggjuleysi, þetta tvennt hefur mér oft þótt skelfilegt.

Frá því ég man fyrst eftir mér, fyrir meira en fjórum tugum ára, hefur verið upplausn og stríð í þessu landi. Og margur gapinn hefur lagt upp í herför, með fátt annað en sitt særða stolt og blinda hefndarfýsn að vopni, – víg hafa verið unnin í æðiskasti og án allrar hugsunar um að þau muni á endanum hitta vegandann og hans fólk verst fyrir. Vont er þegar þetta hendir þá sem maður ætti að standa með, illt er að horfa upp á sína bandamenn og ættingja leggja af stað í glórulausri fífldirfsku og uppskera ekkert nema tap lífs og lima. Og þó er lítið skárra að reyna þetta stöðugt af óvinum sínum, – því fylgir sá illi grunur að aldrei verði hægt að enda þessa skálmöld af skynsemi og yfirvegun, – alltaf munu upp rísa nýir ofsamenn sem virðast ekkert annað þrá en að fá að farast í sínum einka heimsslitum.

Ég hélt ég hefði séð þetta allt og lifað. En Þórður Kakali og hans menn, þeir vekja manni tætingsleg heilabrot ...

Með sinn sundurlausa flokk að vestan lætur hann sér ekki duga minna en setjast um sjálfan Skálholtsstað. – Það má líklega kallast tilviljun að hann réðst ekki hingað að Flugumýri, í gegnum sveitir Skagafjarðar þar sem mörg hundruð manns bíða viðbúnir undir vopnum, og varðhöld á hverjum kögunarhól.

Og hann lætur sér ekki nægja að ráðast að sjálfum biskupsstól Sunnlendinga, heldur fer þar óðara að setja mönnum afarkosti!

Ég hélt að öllum væri það ljóst að fyrir sunnan ætti að vera óvígur her, sem gæti kramið þessa litlu ræningjasveit Þórðar á augabragði. Þar safnaði Gissur fyrir skömmu á augabragði sjö hundruðum vaskra manna til að fara í herför hingað til Skagafjarðar, sællar minningar, þegar við tveir og okkar liðsmenn lékum Sturlunga svo grátt á Örlygsstöðum að enginn ætti að þurfa að hafa áhyggjur af þeim framar.

Ef allt væri með felldu, og mönnum gæti skilist hvað til þeirra friðar heyrði.

En Þórður stefnir samt þangað, ódeigur, með sinn fátæklega ribbaldalýð, í gegnum þéttbýlar og víðáttumiklar sveitir án þess nokkur reisi við rönd, – og kemst upp með það að setjast um sjálft biskupssetrið.

Og maður skyldi ætla að þessi smán væri heimamönnum nægt efni til að bíta frá sér, grípa til varna. En það er nú ekki svo vel! Þeir sjá sér ekki annað fært en að gera menn út í ofboði, yfir fjöll og firnindi, og hingað til mín. „Komdu og bjargaðu mér!“ segir griðungurinn, „mýslan hvæsti á mig!“

Það vildi svo til að ég hafði legið veikur um hríð, og

þótt ég væri að braggast hefði ég helst viljað liggja lengur í rúminu. En þess var enginn kostur, ég varð að klæða mig upp því mér var sagt að komnir væru menn í miklu skelfingarfáti að sunnan. Og þeir stóðu hér frammi í forstofunni, með horinn lekandi úr nösunum, bleikir og glærir af vosbúð heiðanna en þó mest af hræðslu og skorti á manndáð.

„Getum við fengið að tala við Kolbein unga?" stundu þeir upp.

Ég þarf að fara að venja fólk af því að kalla mig Kolbein unga, eins og einhvern strákhvolp. Hann Kolbeinn Tumason, föðurbróðir minn og sálmaskáld, er búinn að vera dauður nógu lengi til að menn ættu ekki stöðugt að þurfa að vera aðgreina mig frá honum.

„Ég heiti Kolbeinn Arnórsson," lét ég þá heyra þegar ég gekk inn í stofuna. Þeir sátu þá kræklóttir, hræddir og bognir, – sötruðu skyr úr öskum og það slettist um andlit þeirra er þeir sáu mig og heyrðu, svona var þeim líklega brugðið að heyra einhvern tala sæmilega óttalaust. Ég hafði séð þessa menn áður, en kynnti mig samt svo þeir færu ekki að halda að við værum einhverjir kunningjar, eða jafningjar ...

Samt ætluðu þeir að rísa upp og myndast við að kynna sjálfa sig, en ég bandaði frá mér hendinni, mig varðaði hreinlega ekkert um þá, heldur bara þeirra erindi.

Og það kom, í hálf klökkvum tón, að mikil vá væri fyrir dyrum bænda og alþýðu á Suðurlandi, því að her vígamanna riði þar um héruð, með Þórð Sighvatsson Kakala, þann annálaða ofsamann og slagsmála í broddi fylkingar.

„Her?" spurði ég hæðnislega; hafði haft spurnir af för hans suður eftir Vesturlandinu.

„Ja, her og ekki her," sögðu þeir og urðu örlítið sakbitnir og gremjulegir, en stundu því svo upp að í það minnsta hefðu menn ekki séð annað ráð vænna en að leita liðsinnis hingað norður í land, enda stæði það kannski Norðlendingum næst að friða landið fyrir þesssari óværu, svo margt illt sem hefði hlotist af eilífum krytum Sturlunga og Skagfirðinga ...

Ég var einfaldlega ekki nógu vel frískur eða vaknaður til að átta mig strax á þeim svívirðilegu dylgjum sem í orðum þeirra fólust, en spurði hvasst hvort þeir gætu sagt mér hversu mörgum mönnum Þórður hefði á að skipa. En þeir höfðu þá afar litla hugmynd um það, fóru að bera saman bækur sínar með ergilegum hvíslingum en enginn hafði séð neitt að gagni, þeir höfðu bara heyrt orðróm og ávæning sem stangaðist á, og svo heyrt vopnaglamur og heróp og hlátra utan úr nóttinni.

Hlátra? ... Já er ekki helvítið hann Þórður bara blindfullur? Og allir hans menn? Sú skýring er auðvitað bæði nærtækust og sennilegust, á hans gerðum ...

En þarna hafði ég heyrt nóg í bili til að skilja að hér legðust á eitt við að villa mönnum sín alger fífldirfska Þórðar og svo hugleysi Sunnlendinga. Ég hætti að hlusta á sendimenn sem enn voru að bera saman bækur sínar með vanstilltum hvíslingum, snaraðist fram í hlað og kallaði til mín nokkra menn og sagði þeim að fara sem skjótast út um sveitir og kveðja upp nægan fjölda vopnaðra manna. Því ég var búinn að sjá að nú gæfist mér tækifæri til að ljúka endanlega þessu vandræðamáli: ég ætlaði að fara sem skjótast suður heiðar, ná þar flokki Þórðar, sundra honum og eyða. Og þessa Sunnlendinga ætlaði ég ekki að ráðgast við frekar, strax um kvöldið ætlaði ég að halda af stað með minn her í suðurátt, komumenn máttu gera það sem þeim sýndist.

Sem ég var að verða ferðbúinn komu fleiri menn á stökki heim að bæjarhúsunum, á sveittum og móðum hestum. Og þar var kominn enginn annar en settur foringi

Sunnlendinga, Hjalti Magnússon, með nokkra menn til viðbótar!

Mig langaði til að spyrja hann strax hvort honum væri ekki nær að vera dreggjunum af sínum mannskap til traustst og halds í þeirra nauðum, en stillti mig um það.

„Eru ekki hreinlega komnir stórhöfðingjar á minn fund?" spurði ég.

Og hann virtist sperrast allur við að vera kallaður stórhöfðingi, og sagði að hann hefði talið réttast að „koma sjálfur" er ljóst varð að Þórður hefði trúlega drjúgum minna en hundrað manns á að skipa. Og hann bætti því við að „hann sjálfur áliti réttast" að ég færi með herflokk suður til að kljást við óvininn.

„Jæja, svo þú sjálfur álítur það?" sagði ég, og reyndi að láta það hljóma hæðnislega, en slíkt beit ekki á forystumann Sunnlendinga, því hann fór nú að reyna að skýra út fyrir mér allt sem var augljósast í stöðunni, rökstyðja það sem lá í augum uppi, en þá nennti ég ekki lengur þessu kurteisishjali, heldur spurði:

„Ef Þórður Kakali og fáeinir aðrir stigamenn eru að gera bændum lífið leitt í þinni heimasveit, hvað ert þú þá sjálfur að vilja hingað?"

Ég var hálflasinn, og orðinn pirraður á þessu öllu.

Það kom fát á Hjalta. Ja, hvað hann væri að gera? … Hann tafsaði eitthvað um að Sigvarður biskup ætlaði að reyna að þæfa málin, tefja fyrir Þórði á meðan liðsaukans væri beðið.

„Ég var að spyrja um þig, en ekki biskupinn," sagði ég. „Var þér ekki treyst til að hafa forystuna þarna fyrir sunnan?"

Hjalti ætlaði að reyna að segja eitthvað meira, en fipaðist. Var orðinn ráðvilltur og skelkaður.

„Og hvað eruð þið Sunnlendingar að dylgja um að það

standi okkur Norðlendingum næst að friða landið af Þórði og hans líkum?“ hélt ég áfram í hranalegum tón. „Ég veit ekki betur en að Sturlungar hafi herjað eins og plága og farsótt á íbúa þessa lands í meira en mannsaldur, og við hér fyrir norðan höfum ekki gert meira en að verja hendur okkar. Sem er meira en þið Sunnlendingar getið státað af. Að minnsta kosti í fjarveru Gissurar.“

Það var kominn hálf klökkur tónn í Hjalta Magnússon:

„Ég kom nú ekki hingað til að rífast við þig Kolbeinn minn,“ sagði hann.

Og ég ákvað að stilla mig, maður á ekki að þrefa við sér lægra setta.

„Allt í lagi,“ sagði ég, „það er rétt hjá þér að best er að ég fari suður. Ég er að búinn að smala saman liði og við munum hraða okkur af stað til fundar við Þórð Kakala strax í kvöld. Og ég skal heita þér því að eftir að við höfum fundist munt þú ekki framar þurfa að eiga andvökunótt hans vegna.“

Og ég meinti að sjálfsögðu það sem ég sagði. Mér fannst í senn að þarna væri það mögulegt og jafnvel auðgert, en hafði um leið einhverskonar hugboð um að ef það tækist ekki í þetta sinn gæti ég verið í erfiðari vanda en mig óraði fyrir. Hve áræðinn og óútreiknanlegur Þórður virtist, – það var á sinn hátt uggvænlegt …

ÞÓRÐUR

■

Það var að sönnu gaman að skynja að herbragðið heppnaðist, sjá mannfjöldann tvístrast undan okkar snöggu árás, – ég réð mér varla fyrir kæti. Og þótt fátt annað hafi hent mig langa hríð þar á undan sem sannarlega mátti kalla tilefni til gleði ákvað ég að reyna að halda mér rólegum, innbyrða sigurinn áður en ég færi að fagna honum.

En ég varð að beita mig hörðu til að skella ekki upp úr þegar svo sjálfur biskupinn kom gangandi út til okkar með nokkra af prelátunum sér við hlið, – með þann boðskap að sunnlenskir bændur vildu semja við mig um fébætur, og fá að launum frið.

Þarna stóð biskupinn, fölur af geðshræringu, og prestarnir hjá honum skjálfandi á beinum af ótta við okkur sem þarna biðum. Ég varð að víkja mér frá um stund, sneri mér undan og hélt yfir höku og munn eins og ég væri alvarlega að hugleiða málin, en var bara að reyna að kæfa glottin sem uppvöktust af tilhugsuninni um það að allur þessi sægur manna í Skálholti vildi kaupa sér grið af okkur, sem vorum ekki einu sinni nógu margir til að umkringja staðinn!

Ég harkaði af mér og sagðist þurfa að ráðfæra mig við mína foringja, benti Svarthöfða að koma og einnig Teiti frænda Styrmissyni sem stóð hjá honum, fannst styrkara að Skálholtsmenn sæju að við værum fleiri en tveir, í æðsta herráðinu ...

Ég kynnti þeim boð sunnanmanna, og eins og við var að búast varð Teitur frændi hinn ákafasti, vildi taka boðinu hið snarasta og þá gætum við farið, – hann varð svo glaður og reifur að ég ætlaði að fara að benda honum á að lækka róminn og hemja kætina, en það reyndist óþarfi, hann gerði það óbeðinn, en barnsleg sigurgleðin sem ljómaði í augum hans var með öllu ósvikin, þótt hann reyndi að tala eins og fullorðinn maður sem ræðir málin geðshræringarlaust: „Ég tel augljóst að þessi kostur myndi tryggja þér miklu betri vígstöðu um sinn,“ sagði hann og var mannalegur í rómnum, – mér var farið að þykja vænt um þennan strák.

En Svarthöfði lét ekkert koma sér úr jafnvægi, þetta boð bifaði honum lítið, og hann sagðist telja mikilvægast að við gætum gengið úr skugga um að hér væru engin brögð í tafli, – að Sunnlendingar væru ekki einungis að reyna að tefja fyrir og draga á langinn á meðan sóttur væri liðsauki norður yfir heiðar til Kolbeins unga.

Svo við þrír urðum ásáttir um að segja biskupi að við þægjum þetta boð ef hægt væri að koma því í kring hið fyrsta. Við sögðumst bjóða friðsama brottför okkar af staðnum, gegn því að þeir sunnlensku bændur sem verið hefðu á Örlygsstaðafundi reiddu fram sæmilegar fébætur í silfri og reiðufé.

Með það hvarf biskup aftur inn í húsin.

En hann kom aftur skömmu síðar og sagði að þótt einhverjir hefðu kannski haft með sér lausafé að Skálholti, þá yrði ég að bíða að minnsta kosti um nokkra hríð á meðan aðrir riðu heim til búa sinna eða sendu þangað menn eftir silfri. Og um þetta ráðgaðist ég aftur við Svarthöfða og leyfði Teiti að hlusta á, og niðurstaðan varð sú að ég féllst á að bíða allan næsta dag og til morguns þar á staðnum á meðan fénu væri safnað, gegn því að vopn manna í Skálholti yrðu lögð fram sem trygging og geymd úti í kirkjugarðinum þar sem þau væru í okkar augsýn og staðarmönnum ekki tiltæk. Þetta þótti mörgum án efa harður kostur, en þar sem enn var myrkur og Skálholtsmönnum ekki ljóst hversu mjög liðsmunur var okkur í óhag féllust þeir á þetta, lafhræddir um að við réðumst að þeim eða brenndum ofan af þeim húsin ella.

Og svo voru vopnin borin út: spjót og axir og sverð og skildir, – og allt var lagt í mikinn haug við legstaði biskupanna. Og í eldingu að morgni reið dálítill hópur bænda af stað suður í sveitir og austur yfir ár til að safna saman fébótunum. En við skiptumst á um að standa vaktir, hvílast, eða gæða okkur á matvælum sem voru borin til okkar frá biskupsstólnum sem viðbót við nefndan vopnahléssamning, og okkar mönnum var létt í sinni.

Næsta morgun sneru bændur úr vestursveitunum aftur, héldu hópinn og reiddu sjóðina. Við hleyptum þeim með friði inn í húsin, harla glaðir er við heyrðum glamra í silfrinu. Og þegar komið var fram á dag, og fresturinn reyndar liðinn, komu tveir af staðarprestunum út til okkar og sögðu að bændur væru að telja saman fébæturnar, vildu að beðið yrði þeirra sem héldu austur yfir ár og að þá myndu bændur hugleiða hvað til bragðs yrði tekið. Þetta fannst okkur ekki hljóma nógu vel og yfirleitt vorum við með það á tilfinningunni að þeir væru allir að verða úfnari og öfugsnúnari eftir því sem þeim varð betur ljóst hversu við vorum fáliðaðir og þeir hefðu látið blekkjast illa. Kolbeinn grön greip annan prestanna og hristi hann til og einhverjir vildu að við tækjum hann í gíslingu gegn því að þeir borguðu allt tiltækt fé nú þegar. En við ákváðum samt að sleppa honum, við höfðum enn öll ráð þeirra í hendi okkar á meðan vopnin lágu úti í kirkjugarðinum. Ekki var hættandi á að rifta þeim hagkvæmu samningum sem tekist höfðu, og í raun var lítil hætta á því að menn hefðu náð norður yfir heiðar og með herflokk til baka á svo skömmum tíma. Svo við biðum ...

Að áliðnu kvöldi bólaði loks á austanmönnum. Þeir héldu hópinn og fóru mikinn, voru reiðir og æstir og tómhentir eftir því sem best varð séð. Skömmu síðar urðum við varir við uppnám og háreysti á staðnum, og ekki leið á löngu uns sjálfur biskupinn kom út á nýjan leik, með míturinn á höfðinu og kippi í andliti af hugaræsingi. Og hann hrópaði á mig með skrækum sönglanda að við hefðum svikið gerðan samning með örgu falsi og fláræði!

Ég spurði forviða hvað hann væri að fara, og þá sagði hann að í stað þess að fara af staðnum með friði og haldandi grið við sunnlenska alþýðu, þá hefðum við sent flokk morðingja og illvirkja austur yfir ár til að herja á bændur og búalið á Rangárvöllum. Og með því væru allar forsendur brostnar fyrir friði og sáttum á milli okkar og Sunnlendinga!

STEINVÖR

Jafn hörmulegt og ömurlegt sem það nú er að missa sinn föður og sína bræður og ástvini á vígvellinum og horfa svo upp á skepnur og hræfugla slíta í sig leifarnar af fjölskylduveldinu, þá var engin kvöl verri en sú að geta sig hvergi hrært, – vita að enginn ætlaði að rísa gegn viðurstyggðinni. Þetta hafði haldið fyrir mér vöku svo lengi og verið mér slík hugarraun að þegar þarna var komið sögu var ég, þótt skömm sé frá að segja, næstum orðin úrkula vonar um að hefnt yrði að gagni allrar þeirrar svívirðu sem yfir ætt vora hafði gengið eða að réttur yrði okkar hlutur sem misst höfðum föður og bræður í blóðbaðinu á Örlygsstöðum.

Því varð ég ekki lítið undrandi og glöð og hrærð þegar af því bárust lausafregnir að bræður mínir Þórður og Tumi hefðu komið með herflokk að vestan og ráðist að sjálfum höfuðbólum Haukdæla í Bræðratungu og Skálholti. Enn meira hissa varð ég þó þegar barið var að dyrum í gráma morguns og reyndist þar vera kominn enginn annar en Tumi bróðir minn, af öllum mönnum, blóðugur og móður, en þó uppistandandi og merkilega ör og kvikur. Hann gat ekki setið kyrr heldur skálmaði um gólf í miklum hugaræsingi þótt blóð sæist vella úr skóm hans í hverju spori. Hann var með eina tíu menn með sér, nokkrir þeirra voru einnig sárir og einhverja hafði hann misst í herleiðangri um sveitirnar, hvorki meira né minna; hann hafði farið bæ af bæ þar sem við áttum harma að hefna gagnvart heimamönnum, og látið vopn og hendur skipta.

Það tók mig dálítinn tíma að fá einhvern botn í þetta mál því að mér skildist helst að Þórð hefði brostið hugrekki þegar á reyndi og Tumi einn ásamt nokkrum hugdjörfum og harðleiknum mönnum haldið áfram herförinni. Allt var þetta mér nokkur ráðgáta, en ég var ekki að vefja það fyrir mér þá heldur ræsti út griðkonur og eldabuskur og skipaði að búið yrði um sár hinna meiddu og svo framreiddur matur af því besta sem til var á bænum og að sængur yrðu uppreiddar fyrir bróður minn og hans traustu fylgisveina.

Ég blandaði Hálfdani bónda mínum ekkert inn í þessi mál, ætlaði ekki að láta hann spilla gleðinni og unnum sigrum með sínum venjulegu úrtölum, lét sem ég sæi hann ekki, en hann vaknaði samt að sjálfsögðu og fór á fætur og var að sniglast í kring og reyna að hlera hvað væri á seyði án þess að spyrja mig beint. Ég hélt áfram að reyna að inna Tuma bróður minn fregna, og það var eitthvað í öllu þessu sem mér í fljótu bragði gast ekki alveg að. Vissulega buðu sumir fylgdarmanna Tuma ekki af sér góðan þokka þótt ég reyndi að horfa annað er þeir leituðust af miklu kappi eftir að grípa uppundir pils og klípa í klof kvenna sem reyndu að búa um sár eða bera þeim mat, – en skrýtnara þótti mér þegar ég fékk upp úr Tuma á hvaða bæi þeir hefðu herjað. Því að á þeim stöðum sem þeir höfðu framið stærstu hervirkin var tæpast að finna þá sem helst höfðu verið mótdrægir okkur Sturlungum, heldur miklu fremur menn sem Tumi átti persónulega sökótt við í sveitinni. Á Skarði höfðu þeir misþyrmt bóndasyni sem Tumi hafði keppt við í kvennamálum og farið halloka, þeir höfðu lagt eld að koti í Þykkvabænum þarsem bjó rumur sem hafði flengt Tuma við knattleika hér á Rangárvöllunum ...

En mennirnir voru auðvitað úrvinda og þeir lögðust á stórt fleti á skálagólfi og brátt dundu þaðan ósamstæðar hrotur, einn eða tveir höfðu með valdi dregið til sín stúlkur en munu hafa gagnast þeim lítt.

Tumi svaf reyndar lítið eða kannski ekkert, því að innan skamms heyrði ég æst orðaskipti framan úr bænum og þar voru þá bróðir minn og Hálfdan bóndi að kýta um hversvegna Hálfdan hefði sett tvo vopnaða menn á varðstöðu yfir sofandi mönnunum, greinilega til að gæta þess að þeir gerðu ekki óskunda, en það sagðist Hálfdan gera vegna þess að hann kannaðist við einn af mönnum Tuma, og héti sá Ásbjörn og væri frægur og illræmdur kvennamorðingi austan af fjörðum og viðurstyggð öllu sæmilegu fólki. Ég spurði Tuma hvort þetta væri satt en hann skálmaði um gólf í æstu skapi og sagði að menn í hans stöðu gætu ekki verið of vandlátir á sína meðreiðarsveina, svo framarlega sem þeir dygðu til vopna, og það fannst mér vel svarað þótt ég léti jafnframt kyrrt liggja þótt Hálfdan hætti ekki varðhöldunum.

Undarlegast þótti mér þó að heyra að Þórður hefði guggnað þegar mest lá við, en að Tumi reyndist hvergi smeykur. Enda kom annað á daginn skömmu síðar þegar maður kom í hlað með engar minni fréttir en þær að Þórður og hans menn sætu um Skálholt og væru búnir að þrúga sunnlensku bændunum til að greiða offjár í bætur fyrir misgjörðirnar á Örlygsstöðum. Hálfdan lét þá vígbúa alla vopnfæra menn á bænum og kveðja saman tiltæka menn af hjáleigunum því að við öllu var að búast þegar svona var ástatt, og svo voru gerðir út menn upp í sveitir að afla nánari fregna. Og þá varð mér semsagt ljóst það sem flestir vita núna, að Tumi og hans meðreiðarsveinar höfðu skilið sig frá meginflokknum og að ránskapur þeirra og hervirki hér í sveitunum virtust ætla að stefna öllu í voða sem Þórður hafði áorkað handan Þjórsár. Hálfdan sagði þá strax að Tumi og hans menn yrðu að hypja sig frá Keldum, hann nennti ekki að láta drepa mág sinn þar á bænum þótt við hefðum að hinu leytinu engan mannafla til að verjast reiði sveitarinnar. Og þar sem ég óttaðist að alger slit hefðu orðið með þeim bræðrum, að Þórður og hans menn yrðu Tuma ekkert skjól, þá sá ég ekki annað gerlegt en að láta söðla hest, kveðja tvo menn mér til fylgdar og halda vestur að Skálholti.

TEITUR STYRMISSON

■

Ég sveiflaðist á milli baráttuviljans og sigurgleðinnar sem í aðra röndina hafði smitað allan hópinn, – og svo lamandi ótta sem læsti sig um mig eins og köld krumla á þeim augnablikum sem hugurinn hvarflaði til aðstæðna okkar eins og þær raunverulega voru …

Ég reyndi að halda mig nærri Þórði því að hugdirfska hans blandin einhverri gamansemi var svo smitandi, og Dufgussonum því að nærvera þeirra var eins og skjól eða hlaðið vígi. Ég reyndi að hlæja sem mest, tala hátt, en ef ég slakaði á greip mig strax kvíði, eða hrein skelfing …

Ekki síst eftir því sem teygðist úr biðinni við Skálholt og liðinn var sá tími sem Þórður og Svarthöfði höfðu verið sammála um að okkur gæfist, – sá frestur sem við höfðum til að koma okkur burt sæmilega öruggir um að Kolbeinn ungi yrði ekki kominn með óvíga hersveit að norðan.

En bíða máttum við, vegna þessara vandræða sem hlutust af brotthlaupi Tuma og spellvirkjum hans í Landsveitinni og á Rangárvöllunum, – við gátum ekkert gert um sinn ef við vildum ekki fara tómhentir og í erindisleysu frá Skálholti. Og ótti minn við þetta allt var orðinn slíkur að mér kom ekki dúr á auga, ég hrökk upp í svitabaði við eina saman óvænta vindhviðu, kvak í hænsnfé …

Einhverjir í liðinu sem einnig voru orðnir langeygir á biðinni komu með þá tillögu að við hótuðum Skálholtsmönnum, – segðumst albúnir að ráðast á þá eða brenna ofan af þeim staðinn ef þeir reiddu ekki nú þegar af hendi alla þá peninga og annað það fémætt sem handbært væri, og ég ætlaði að gerast þessa kostar hvetjandi. En Þórður og Svarthöfði hristu höfuð, og þá einnig hinir Dufgussynir, – þeir tóku líka að hrista sín úfnu höfuð af innlifun, úr því Svarthöfði byrjaði. Þórður og Svarthöfði sögðu að ef við réðumst til atlögu þá gæti vörnin orðið skörp og mun harðari en er við komum fyrst; eitthvað væri vafalaust vopna inni í húsunum og staðarmenn núna úfnari í skapi, margir gramir og sárreiðir vegna þess sem þeir teldu okkar svik, og grimmdarverk í sinn garð. Svo við héldum áfram að bíða þessa nótt, næsta dag mætti reyna semjur. Ég var kominn með stöðugt suð í eyru, ég gat ekki setið kyrr, – Þórður sagði mér að leggjast og hvílast svo ég reyndi það, en náði aldrei að festa blund nema í andartak áður en ég hrökk upp við hræðilegt hugboð um að Kolbeinn ungi væri kominn, og dagar okkar allra taldir …

Og árla næsta morguns var hugboðið styrkt hófaskellum gæðaklára sem nálguðust staðinn, svo ég spratt á fætur og þreifaði eftir vopnum mínum. En sá þá ríða til okkar þrjá hesta, og hinn fremsta þeirra sat þvervega í söðli hávaxin og tíguleg fyrirkona, – fór þar engin önnur en Steinvör móðursystir mín frá Keldum, systir Þórðar og Tuma. Fylgdu henni tveir stæðilegir menn með alvæpni og stálhúfur.

Steinvör stökk af baki, var ekkert að láta styðja sig að heldri kvenna sið. Hún skiptist á nokkrum orðum við Þórð, heilsaði fáeinum úr liðinu, – þóttist steinhissa að sjá mig og hvað ég væri orðinn stór. Og svo skálmaði hún af stað og barði að dyrum sjálfs biskupshússins í Skálholti, hvergi bangin. Að innan var hrópað og spurt hver þar færi, og frænka svaraði sjálf, hárri og gjallandi röddu:

– Hér er komin Steinvör Sighvatsdóttir!

Og samstundis var slagbröndum skotið frá og hún gekk inn í húsið.

Hún dvelst þar drykklanga stund, og við sjáum að það eru sóttir fleiri menn til fundar inni hjá biskupi. Loks voru gerð boð eftir Þórði, og ég næstum klökknaði af þakklæti og stolti er hann fól mér ásamt Svarthöfða að fylgja sér inn í biskupshúsið.

Þar sat Steinvör, sviphörð og ákveðin. Við hlið hennar biskupinn, og svo í kring nokkrir af fyrirmennum Sunnlendinga. Og er við þrír vorum sestir kynnti biskup okkur það samkomulag sem þeir hefðu dregist inn á að samþykkja af virðingu við Steinvöru og hennar góða bónda Hálfdan. Og semjan fólst í því að bændur vestan Þjórsár greiddu nú þegar allt það fé til Þórðar og okkar Sturlunganna sem menn hefðu áður komið sér saman um. En að Steinvör sjái um að innheimta og taka við greiðslum frá bændum austan ár, en að á móti þeim reiknuðust og drægjust frá bætur vegna þess skaða sem Tumi og hans menn hefðu valdið þar í sveitum.

Þórður leit á Svarthöfða og svo á mig, og ég sá að þeir vildu báðir taka þessu boði hið snarasta, – sjálfur hefði ég kveðið upp úr með það ef mér hefði verið sæmandi að taka til máls; ég hefði hrópað: Þiggjum þetta strax og hverfum svo á braut eins og eldibrandar! – En ég lét mér nægja að kipra augun til samþykkis eins og mér sýndist Svarthöfði gera. Og Þórður virtist skilja, því hann tjáði biskupi að af virðingu við hans heilagleika og sína ágætu systur féllumst við á þessar sættir.

Og feginleikinn streymdi um mig, ég var staðinn upp til hálfs áður en ég náði að átta mig á því að hér fylgdi böggull skammrifi.

Steinvör vildi fá það að launum frá Þórði fyrir að hafa komið þessu samkomulagi í kring að hann biði eftir Tuma og hans mönnum; tæki þá í sátt og að nýju inn í flokkinn.

Ég fann hve Þórður reiddist, – hann sat við hlið mér og ég merkti að hann spenntist allur, skjálfti hljóp um skrokkinn. En hann stillti sig í bili, bað um að við fengjum að ræða einslega við systur hans. Og við fórum fjögur fram á bæjarhlaðið. Og þá gat Þórður ekki hamið sig lengur heldur hvæsti að Steinvöru að hann skuldaði þeim væskli bróður þeirra ekki neitt. Hann sagðist ekki geta stefnt í hættu lífi og limum allra þeirra manna sem þó hefðu fylgt honum af hugdirfð og trúfestu, með því að aumkva sig yfir ræfla og svikara sem sjálfviljugir hefðu skorist úr leik þegar mest á reyndi. En Steinvör svaraði þá og horfði jafn hvössum augum inn í ásjónu Þórðar að hvernig sem það væri gæti hann ekki látið drepa bróður sinn eins og hund.

Sem er því miður víst alveg rétt.

Þórður hætti við að svara, steinþagnaði í byrjuðu orði og snaraðist í burtu og settist á brotinn garðvegg, var greinilega að skoða sinn hug. Svo lét hann kalla fyrir sig liðið.

Og hann bauð að allir sem vildu fara gætu gert það nú þegar, hraðað sér vestur á land í öruggt skjól en að einungis hann og kannski fáeinir aðrir biðu Tuma og hans manna.

Og flokkurinn þagði, menn rótuðu í jörðina og forðuðust að líta hver á annan, en svo fóru þeir að kveða upp úr með, einn á fætur öðrum, að þeir vildu heldur bíða með honum. Þetta var allt svo örlagaþrungið að ég fann mig bresta í sáran grát, sem ég reyndi allt til að leyna ...

Þar með var fallist á að bíða Tuma og þeirra til kvölds, bíða með sjóðinn en leyfa Skálholtsmönnum ekki að komast að vopnum sínum, – með það gátu systkinin Steinvör og Þórður kvatt hvort annað, fremur kuldalega að því er mér þótti.

Allan daginn var ég sannfærður um að Kolbeinn væri á næsta leiti, ég fann hann nálgast, með ofureflið ...

ÞÓRÐUR

■

Bróðir minn er skítseiði.

BJÖRN DRUMBUR

■

Þetta var leiðinleg bið. Mikið herfilega var leiðinlegt að bíða þarna eftir Tuma ...

Hvað er þetta með hann Tuma? Ég veit að ekki ... Þeir voru ekki svona hinir bræðurnir. Ekki Sturla, ekki Þórður, eða hinir ...

Það er eitthvað smátt í augunum á Tuma. Þau hvarfla stöðugt hingað og þangað, hann getur aldrei horft á þann sem hann talar við. Það er allt í lagi, sumir eru þannig, kannski ég sjálfur, hvað veit ég ... En ég er þó í það minnsta aldrei með þennan montsvip, held ég, ekki með munnvikin svona niðurdregin, – þóttagrettu kallar Svarthöfði bróðir það, ég er aldrei þannig ...

Maður getur komist í vont skap. Og svo sker hann svona

hárið, örsnöggt strý, er hann kannski að leyna því að hann sé að verða sköllóttur? Og hverjum er ekki sama?

En hann heldur greinilega að fólki sé ekki sama um sig, hann virðist viss um að hann sé öllum öðrum efst í huga ... Svo getur hann aldrei verið kyrr, jafnvel þótt hann eigi engin erindi. Og neyðist hann til að staðnæmast tifar annar fóturinn, hratt og óstöðvandi, en ef hann sest þá fer hann að aka sér og klóra, skjóta öxlunum upp á víxl, – en svo er hann á samri stundu staðinn upp á ný og farinn að ráfa hingað og þangað, furðu ákveðnum skrefum miðað við að eiga engin erindi, – og þegar hann gengur þá lyftir hann höndunum á víxl, hátt, og opinn lófinn veit að höfðinu, eins og hann ætli að grípa fyrir andlitið í hverju skrefi, fyrst með hægri, svo með vinstri ...

Ég á ekki að vera að skipta mér af því. Ég reyni að láta sem ég sjái hann ekki. Eða við bræðurnir. Virða hann ekki viðlits. En hann finnur það, og fer þá að sýna okkur hver hann sé, hverjir við séum ... Þá spyr hann um eitthvað, og áður en við náum að stilla okkur af til að svara, stilla okkur saman, er hann búinn að demba á okkur fimm spurningum í viðbót, og meðal annars einhverri á borð við þá hvort við höldum að hann sé einhver senditík hér, hvort hann sé ekki að gera skyldu sína, hvort maður efist um að hann sé maður til sinna vopna.

„Jújú Tumi minn," segir Svarthöfði kannski þá, „þú ert góður fyrir þinn hatt."

En hann heyrir hvorki dár né spé, því hann reigist allur við svona svör, – þarna finnst honum hann vera kominn með staðfestingu á því að aðrir álíti hann mikilmenni, munnvikin verða enn niðurdregnari, hefðargrettan ... Hann lætur á sér skiljast að það sé auðvitað sérstakur heiður fyrir menn að hann skuli yfirleitt tala við þá, að hann sýni mönnum náð með því að leyfa þeim að hlusta á sig, og fer kannski óbeðinn að endursegja samtal sem hann hefur nýverið átt við einhvern, og fljótlega í frásögninni, það getur maður bókað þótt maður annars nenni varla að hlusta, eða kveljist undir þessu þvaðri, þá kemur setning á borð við: „En ég sagði bara við manninn: – Er ég ekki Tumi Sighvatsson?!“

Maður gæti haldið að hann væri í einhverjum vafa um það sjálfur …

Ég á kannski ekki að vera að hugsa um þetta, eða við bræðurnir meina ég … Tumi er bróðir Þórðar, og Þórður er okkar leiðtogi. En Tumi er líka með einhvern skæting við Þórð, hann vill fá hrósyrði, eða kannski einhver merki um lotningu, frá Þórði, ég skil þetta ekki … Og stundum segir Þórður, svona eins og hann vilji eyða talinu, og lítur um leið með glott í augum á mig eða okkur:

„Já Tumi, ber er hver að baki nema sér bróður eigi.“

En þessu hefur Tumi aldrei svarað. Ég held að hann telji í þessum orðum felast staðfestingu á því að Þórður telji sig einskis virði án hans …

Nei, okkur kemur það ekki við, okkur bræðrunum. Þótt Tumi reyni stundum að tala til okkar eins og við séum þjónar eða húskarlar. En Svarthöfði og Kolbeinn eru svo lagnir við að sjá hann ekki eða heyra, og þá get ég ekki annað en hlegið …

Hinn ungi maðurinn, hann Teitur litli Styrmisson, hann er ágætur, bara ágætur. Oft mænir hann á okkur bræðurna í laumi, svo sé ég að hann er að myndast við að bera sig eins og við gerum, eða aðallega Svarthöfði bróðir, – þegar hann heldur að enginn sjái til er Teitur litli að reyna að hreyfa sig eins, bera vopnin eins, en hann er auðvitað allur minni fyrir sér, enn að minnsta kosti … En hann er glaður piltur og góður, dálítið rogginn, en hjartahreinn, hann er Þórði trúr, vildi vera hans hægri hönd, eða vinstri.

Mikið herfilega var þetta leiðinleg bið ... Ég var hálfpartinn farinn að eiga von á útrás staðarmanna úr húsunum, hvernig gátu þeir holast þarna inni endalaust? Eða við, svona fáir, hvenær sem er gátum við átt von á liðssafnaði á hendur okkur, það hlutu að vera til menn suður um allar sveitir, og Svarthöfði sagðist telja að Kolbeins unga væri ekki langt að bíða að norðan, og margt má um Kolbein unga segja, en mélkisa er hann engin þegar út í harðar sennur er komið ...

Og það var liðinn þessi tími sem Þórður hafði lofað Steinvöru að hann myndi bíða eftir Tuma, ég skil að Þórður hafi viljað efna það, Steinvöru máttu menn hlýða, – en Tumi og þeir, þetta voru liðhlaupar, og nú áttu þeir að vera komnir, hversvegna vorum við að bíða? Kolbeinn bróðir og Svarthöfði, þeir voru þegjandi að tygja sig til farar, búnir að leggja á hestana, sögðu ekkert lengi vel uns Svarthöfði ræskti sig töluvert og leit á Þórð, og spurði loks:

„Er okkur til setunnar boðið?“

Þórður var kominn með sjóðinn, allir höfðu efnt sitt, nema Tumi og liðhlauparnir ...

Þórður var greinilega á báðum áttum, hann sagðist halda að Tumi hlyti að vera að koma, annað gæti ekki verið, og ég bauðst þá til að fara á móti honum, skyggnast um, reið af stað austur með, góndi af kögunarhólum og sá vítt um í aftureldingunni, – en hvergi bólaði á mannaferðum. Ég sneri við og tjáði Þórði þetta.

Og hann dæsti, en svo var eins og honum væri létt, hann veifaði til manna, lyfti sjóðnum digra og hló, svo héldum við hinir af stað á eftir honum, yfirgáfum Skálholt í snatri og fórum mikinn.

SIGVARÐUR BISKUP

■

Aumleg og hörmuleg var okkar vist þarna inni vitandi af þessum illræðismönnum og hrottum fyrir utan, eflaust á ráfi í kringum húsin með lýsisbyttu í annarri hendi og logandi kyndil í hinni, og vísir til að hnjóta um af einni saman illkvittni, og kalla það óhapp og ekki annað með djöfullegt glott á vör á meðan logarnir leika um hús og fólk …

Að þurfa að híma svona eins og vargur í greni er engum guðs þjóni bjóðandi og allra síst í höfuðstað kristni í einu landi, – það er glæpur við heilaga þrenningu að fáeinir dólgar geti tekið allan staðinn í gíslingu, – en við þekkjum þessa menn og þá grimmd sem þeir hafa í sér geymda, og skemmst að minnast þess þegar Sturla Sighvatsson, bróðir þess manns sem nú sat um biskupsstólinn, fór ásamt Sighvati föður þeirra á eftir hinum sæla Guðmundi biskup

Arasyni út í Grímsey og lét sér sæma að gelda tvo presta, Knút og Snorra, góðvini mína báða sem áður voru en líkjast síðan vofum eða sjódauðum mönnum og af vatni útblásnum, – og svona verknaði fremja Sturlungar án bakþanka eða fyrirþanka eða nokkurrar samvisku annarrar en þeirri sem hinn Illi hefur blásið því fólki í brjóst. En óskiljanlegast með öllu er að sú tignar- og heiðurskona og sönn almættisins helgimynd hér á jörðu, Steinvör á Keldum, skuli vera blóðskyld þessu fólki …

Töluvert var vopna í kjallara og rúmbotnum og var mál margra að ekki dygði lengur að hér inni dúsaði fjöldinn allur af ótta við hina fáliðuðu sveit er utandyra beið, en ég latti þess mjög að menn létu slá í brýnu, vildi umfram allt losna við Þórð og hans menn af staðnum hið fyrsta, síðar mætti hefna, síðar mætti hefna þessarar svívirðu, og það grimmilega og miskunnarlaust …

Og loks sáum við þá fara, hlæjandi, eða rýtandi eins og svín í drafi …

SVARTHÖFÐI

■

Það var eðlilegt að yngri mönnunum og þeim óreyndari væri létt í sinni er ljósin af Skálholtsstað voru úr augsýn, – þeir hlógu og flissuðu hinir yngri og meira að segja sá tunguskorni var eitt sólskinsbros og hrein þegar kætin varð mest, og ég get hreinlega viðurkennt að ég og við bræðurnir hrifumst með, – Drumburinn er nú glaðvær, – en við Kolbeinn grön vorum líka hálfflissandi, en það er okkur ekki sérlega tamt. Við gerðum okkur ljóst að hættan gat leynst bakvið næsta leiti, en samt var þessi hlátursgalsi í hópnum, – það létti yfir öllu um leið og Tumi var farinn, og nú höfðum við líka unnið sigur. Og segði einhver eitthvað tvírætt eða einkennilegt, sér í lagi Þórður, þá grétu yngri mennirnir af hlátri, – fæstir okkar höfðu sofið að heitið gæti þennan tíma sem við sátum um Skálholtsstað og ég reyndi að vara menn við svefngalsanum, hann getur verið svikull ...

Það var gaman að fylgjast með Þórði frænda mínum Kakala og vera í samneyti við hann. Þarna var hann, manna glaðastur og hláturmildastur, með allan sjóðinn frá sunnlensku bændunum reiddan yfir hnakknefið. Þórður Kakali var með hærri mönnum, ekki að vísu jafnmikill sláni og Sturla heitinn bróðir hans, ekki eins lappalangur og lappamjór, Þórður var samanreknari. Hann var heldur ekki jafn áberandi fríður og Sturla heitinn, því Þórður var frá náttúrunnar hendi svipharðari, og þótt hann væri manna gamansamastur átti brosið ekki eins greiða leið út úr andlitinu. Slarkið sem hann var sagður hafa stundað af svo miklu kappi öll árin í Noregi hafði sett mark sitt á manninn, hann var með ör við vinstra munnvikið og annað yfir auganu, nefið hafði skekkst og húðin þykknað og þegar hann brosti sást að nokkrar tennur höfðu hrokkið úr gómnum; andlitið var einnig nokkru eldra en við er að búast af rúmlega þrítugum manni, – fínu æðarnar orðnar sjáanlegar í kinnum og kringum nefið. En hermannlegur sem hann var, þá gast mér best að þeim manni sem ég var að kynnast æ betur. Þegar við réðumst inn í kirkjugarðinn við Skálholt fór hann fremstur eins og ekkert væri sjálfsagðara, réðst þar að sem fyrirstaðan virtist mest og var jafnan þangað kominn sem atgangurinn var harðastur. Þessu eigum við óbreyttir hermenn ekki að venjast af okkar foringjum, – Sturla heitinn Sighvatsson hélt sér yfirleitt til hlés ef blóði var úthellt.

Og kannski var það eftirminnilegast hvernig Þórður hló. Ég hef aldrei fyrr eða síðar kynnst öðrum eins hlátri. Hann hló eins og gleðimaður, eins og drykkjumaður, allsgáður sem hann þó jafnan var þarna þegar barátta hans var snörpust. Rödd hans var frá náttúrunni há og hvell, en hafði ryðgað á Noregsárunum, var orðin nokkru rámari, hásari. En hláturinn var skær og gjallandi, – eða jafnvel skrækur og skerandi, – Þórður yfirgnæfði allt með sínum hlátursveinum, hann „grét“ af hlátri, ef ég hef einhverntíma heyrt slíkt, – og hann hló mikið og oft, hann hló eins og smyrill í björgum, og maður gat hreinlega ekki annað en hrifist með, komist í gott skap hvað sem á bjátaði er maður heyrði þennan hlátur, eins og þarna þegar við riðum vansvefta af stað hina löngu vesturleið, – með árás hins fjölmenna hers Kolbeins unga yfirvofandi …

KOLBEINN UNGI

■

Gjörningaveður, þarna kynntist ég því, hroðalegu gjörningaveðri ...

Mér fannst eitthvað göldrótt við þetta allt saman. Fékk um það hrollkalt hugboð að eitthvað sem enginn þekkir væri á bandi Þórðar, á móti mér ...

Það sem við hrepptum var gjörningaveður, það líktist engu öðru. Með minn sexhundruð manna flokk tók ég stefnuna yfir Tvídægru í átt til Borgarfjarðar; ef ég hefði farið yfir Kjöl til að ná Þórði á Suðurlandi hefði ég átt á hættu að grípa í tómt og hann farinn þaðan – meiri líkur voru til að ná honum í Borgarfirði, og væri hann enn á Suðurlandi myndum við sitja fyrir honum á vesturleiðinni, þetta virtist einfalt ...

En þessi heiði, Tvídægra, er tveggja daga reið, og fyrri

daginn fengum við á okkur úrhelli, krapahríð, og allt varð gegnvott, öll skinnklæði urðu níðþung og grautarleg. Rennblaut og þung slyddan skall á okkur allan daginn, bleytan lak af höfðum okkar og andlitum og niður hálsmál, ísköld og hrollvekjandi, – menn urðu svo blautir og þungir og kaldir að þeir gátu sig varla hreyft; jafnvel hestarnir kveinkuðu sér. Um kvöldið er reynt var að matast var nestið gegnsósa og viðbjóðslegt. En svo snerist veðrið eins og hendi væri veifað, og brast á með þurru grimmdarfrosti og bálhvössu fjúki. Hár manna og skegg og klæði hlupu í eina klakahellu, og þegar við gerðum tilraun til að slá upp búðum reyndist það ekki viðlit – rennblaut tjöld og allur búnaður voru einnig orðin að hörðum klakastykkjum, og þótt mönnum tækist að breiða út eitt eða tvö tjöld þá greip kaldur vindurinn þau. Ég mælti svo fyrir að við skyldum halda áfram, það var ekkert vit í að reyna að búast um, við skyldum ganga okkur til hita, reyna að komast sem fyrst ofan af heiðinni, það væri okkar hinsta von, ástandið var skuggalegt, menn voru við það að frjósa í hel. Það var erfitt að heyra mannsins mál fyrir vindinum, og nú skall á myrkur, ég fann fyrir mönnunum sem voru næstir mér, en þá sem voru fjær var ekki viðlit að greina, þótt stöku sinnum mætti heyra langdregin og ömurleg neyðaróp utan úr myrkrinu. Ég reyndi að æpa hvatningaróp til manna, að láta nú ekki hugfallast, en hljómaði kannski ekki sannfærandi sjálfur, orðinn veikburða af kulda og tennurnar glamrandi. Ég reyndi að senda þá sem næstir mér riðu aftur með flokknum til að kanna ástandið, þeir áttu svo að koma aftur og gera mér grein fyrir stöðunni, en enginn þeirra kom aftur til mín, en kannski var það ekki von, bæði var náttmyrkrið svart og stormurinn svo kaldur að erfitt var að hafa augun opin. Þegar aðeins fór að birta reyndi ég að kanna liðið, og ekki leit það gæfulega út, við lauslega athugun sást að nokkrir voru horfnir, við vissum ekki hve margir, kannski tíu, kannski þrjátíu, og margir þeirra sem þó héldust uppréttir kveinkuðu sér mjög, orðnir illa skemmdir á höndum og fótum af frostinu. Ég skipaði öllum að taka glímur stórar, og að hefja hver annan á bak; tveir og tveir sneru bökum saman og kræktu saman höndum og lyftu hvor öðrum á víxl, sú íþrótt var mér þá ógerleg vegna hálsmeina, en ég vissi að hún jók mönnum mjög hita, sjálfur tók ég venjulegar glímur við nokkra menn og lagði þá alla hvað eftir annað, og fann að heitt blóð fór í auknum mæli að streyma um skrokkinn. Og smám saman mjökuðum við okkur ofan heiðina og niður í Borgarfjörðinn, ég sjálfur var þá orðinn máttfarinn af kulda og hungri og þau voru þung og erfið síðustu sporin að efstu bæjunum á Hvítársíðunni. Þar ákvað ég að beiðast gistingar fyrir mig og minn flokk, dreifði okkur á bæina, menn skriðu inn í hlýjar hlöður og gripahús, sjálfur fór ég að Gilsbakka og rak hjónin úr rúmi sínu, kastaði mér þar niður og dreifði nokkrum hraustum mönnum sem sváfu við alvæpni á gólfið fyrir framan mig og fram eftir skálanum, bóndinn sagðist lafhræddur ekkert hafa séð eða heyrt til Þórðar Kakala, kannski var hann að segja satt, en ég hef ekki efni á að treysta Borgfirðingum …

TEITUR STYRMISSON

Eftir því sem lengra leið á ferð okkar og við nálguðumst Vesturlandið færðist þögn yfir hópinn. Menn gerðust þreyttir og móðir og svo held ég að mesta spennan hafi verið að líða úr mönnum, mesti óttinn við yfirvofandi árás, – úr því Kolbeinn hafði enn ekki náð til okkar jukust líkurnar á því að við gætum komist óáreittir í eitthvert skjól. Þar að auki hafði veðrið versnað, snúist til norðanáttar og gekk á með hríðum; það fannst Þórði reyndar gott og hann sagðist bara vona að snjóaði nóg og fennti að fullu í okkar spor.

Það var liðið á dag og okkar menn flestir vansvefta og kaldir, en þótt við værum komnir niður í Reykjadal í Borgarfirði vildi Þórður að við héldum áfram um sinn og reyndum að komast lengra áður en við hugleiddum hvíldarstaði. Þó sendi hann mig og annan úr okkar hópi að bæ sem er þar efst í dalnum og heitir England, til að hlera um mannaferðir í héraðinu.

Og þar fengum við hin ískyggilegu tíðindi; bóndinn misskildi fyrst komu okkar og spurði glottuleitur hvort við værum líka sendir af Kolbeini unga – „þið eruð búnir að koma hingað strákar mínir!“ bætti hann svo við.

Ég reyndi að láta ekki á því bera hve mér var brugðið, sagði að við værum saklausir sendimenn úr Skálholti með bréf að Reykholti, – en spurði og þóttist vera kærulaus, hvað menn Kolbeins unga væru að vilja á þessar slóðir?

Og Englandsbóndinn svaraði því til, og horfði nú með tvíræðum svip á vopnin sem við bárum, að Kolbeinn væri kominn með her í héraðið að leita Þórðar Sighvatssonar og hans manna, og hefði gert út senditíkur til að fara á bæina að leita fregna. Og hafandi heyrt þetta stigum við á ný á bak og ákváðum að afþakka góðgerðir sem okkur voru boðnar, kvöddum bóndann sem nú kallaði á eftir okkur:

„Guð blessi ykkur strákar mínir, ekki mun af veita!“

Það var líka eins og hestarnir hefðu fengið aukinn kraft við að heyra ótíðindin; við hleyptum á eftir flokknum og náðum þeim rétt áður en þeir ætluðu að beygja upp heimtröðina að Bæ þar sem Þórður ætlaði að falast eftir hvíld og beina hjá bóndanum sem þar bjó. En þegar Þórður heyrði fréttirnar sem við bárum honum var í skyndingu snúið frá Bæ og haldið áfram ofan dalinn. Sem betur fer gerði sæmilega þétta hríð á meðan við hröðuðum okkur niður dalinn þannig að skyggni var lélegt og menn á nálægum býlum urðu okkar ekki varir. Það var þögul einbeiting í hópnum, menn hugsuðu um það eitt að komast sem hraðast yfir, þreytu og kulda gleymdum við um sinn. Það voru fáeinar ár á leið okkar en við stefndum að Gufuskálum þar sem nokkrar þeirra hafa sameinast og ætluðum þar yfir á ísi, en ísinn reyndist ekki nógu traustur. Umsvifalaust snerum við þá til baka og ákváðum að leggja á Hvítá við Þingnes. Reið Þórður fyrst út á ísinn en var ekki kominn langt þegar allt brast undan honum og hestinum og steyptust þeir á bólakaf í kalt og straumhart fljótið. Björn drumbur og Kolbeinn grön hvöttu þá samstundis hesta sína út í beljandi strauminn og náðu taki á bæði manni og færleik, og komust allir við illan leik upp á árbakkann að nýju. Menn og hestar voru holdvotir og ekki viðlit að ætla að halda þannig áfram í hríðarveðri og frosti, svo við snerum að Þingnesi og börðum uppá hjá Berki bónda Ormssyni. Hann tók okkur vel, fann til þurr föt og skipti á hestum við Þórð og Dufgussyni; átti nokkra þurra og óþreytta klára í húsi og setti einn undir hvern þremenninganna en votu hrossin tóku þeirra staði í hesthúsinu. Svo vísaði hann okkur til vaðs nokkru ofar í ánni, og þar komumst við allir klakklaust yfir.

Við hvöttum hestana og komumst yfir Norðurá við Stafaholt. Þórður setti menn á njósn við Svignaskarð og í Eskiholti ef ske kynni að Kolbeinn elti okkur efri leiðina. Það var farið að gráma af nýjum degi. Við Þórður héldum út á Mýrarnar með megnið af flokknum í vondri færð, menn voru kaldir og örmagna. Ég hafði verið með lífið í lúkunum um hríð, en þarna var ég orðinn of þreyttur til að vera hræddur.

KOLBEINN

■

Ég reyndi að sofa ekki of lengi. Svo fór ég á fætur og ræsti mína menn. Fyrst varð að kanna liðið, og við lauslega athugun kom í ljós að í það minnsta sautján manns höfðu ekki skilað sér ofan af heiðinni. Og um það bil áttatíu manns í viðbót voru svo skemmdir af frostinu að þeir voru ófærir um að halda áfram, og ég átti ekki annan kost en að láta þá liggja eftir hér og þar á Síðunni. Og eftir að við hinir höfðum matast sendi ég menn af stað út um allar sveitir, tvo og tvo saman, þeir áttu að reyna að finkemba héraðið og fá fregnir af mannaferðum; ég vissi að margir borgfirsku bændanna myndu reyna að hylma yfir með Þórði, en að með nákvæmri athugun myndu ferðir heils illvirkjaflokks, jafnvel af fámennara taginu, ekki geta dulist okkur. Sjálfur ákvað ég að halda niður í Reykholt með mínum helstu mönnum, og þangað áttu könnunarsveitirnar að snúa og gera mér grein fyrir því hvers þeir hefðu orðið áskynja.

Enginn hafði orðið neins var í Reykholti og dagurinn fór að mestu í bið. Skynsemin sagði mér að reyna að hvílast; ég hafði rokið hálflasinn upp úr rúminu til að leita Þórðar hér vestur á landi, og ekki höfðu kuldinn og frostið á Tvídægru bætt ástandið, en ég gat ekkert hvílst, til þess var ég alltof spenntur; mér liggur við að segja að ég hafi verið með geig í brjósti, ekki vegna þess að ég óttaðist Þórð og hans menn, ég vissi að þeir myndu aldrei geta staðist mínum liðssafnaði snúning, heldur vegna hins að ég hafði einhverskonar hugboð um að næði ég honum ekki núna myndi skipta gæfu með okkur; kæmist hann lifandi úr þessari för, sem ég vissi að margir myndu vilja kalla frægðarför, þá yrði mun erfiðara að hemja hann eftir það. Ég hvarflaði inn og út úr húsum, reyndi að skima til heiða eða inn til landsins ef hríðinni slotaði, en varð einskis var.

Og þegar mínir menn komu hver af öðrum úr sínum könnunarferðum var sama uppi á teningnum, enginn hafði orðið neins áskynja, enginn hafði hitt bændur eða aðra innanhéraðsmenn sem höfðu nokkrar spurnir af Þórði Kakala og hans liði. Við sátum í stofu, þeir sem komu utan úr hríðinni voru að ylja sér á höndum og fótum, súpa heitan drykk úr málum, og allir voru þeir með einhverskonar uppgjafartón, segjandi: „Þórður hefur ekkert farið hér um.“ „Hann er trúlega ekki kominn.“ „Kannski hefur hann farið einhverja aðra leið.“ Þartil ég varð pirraður á þessu sífri og bað menn að þegja, við þyrftum að reyna að hugsa. Því ég vissi að Þórður hlyti að fara þessa leið, það kom ekki annað til greina fyrir hann eins og ástatt var. Og ég vissi líka að hann hlyti að vera farinn fyrir nokkru af Suðurlandinu, hann gæti ekki verið svo vitlaus að bíða þar, hversu drukkinn sem hann kynni að vera, og enn síður margreyndir og hertir bardagamenn á borð við Kolbein grön og Svarthöfða Dufgussyni. Svo ég fór aftur að yfirheyra mína menn, dálítið hvasst, hvort þeir hefðu ekkert séð eða fundið, spor eða traðk í snjónum, undarlegt viðmót borgfirskra bænda; fengu þeir hvergi á tilfinninguna að menn segðu annað eða minna en þeir vissu best? Og jú, það fór að togast uppúr mínum mönnum, einum af öðrum, að stundum hafi þeir fengið undarleg hugboð, þóst heyra eitthvað eða sjá, en svo bægt því frá sér …

Og það fór að leita mjög sterkt á sjálfan mig eftir því sem þessi brot röðuðust saman að Þórður væri á næstu grösum, eflaust einhversstaðar mjög nálægt, alveg ofan í nefinu á okkur jafnvel, svo ég spratt á fætur og skipaði mínum mönnum að tygja sig hið snarasta, söðla hesta sína og taka til vopnin.

Það var lítil hrifning í hópnum, þeir sem höfðu verið úti allan daginn vou greinilega óánægðir með að fá ekki tíma til að ylja sér og matast, en mér var fjandans sama um það, stillti mig um að láta sparka í þá sem voru lengst að drattast af stað, og brátt var allur flokkurinn, um fimm hundruð manna með alvæpni, kominn út í veturinn, með stefnu á vaðið við Gufuskála, því ljóst var að þótt Þórði og hans mönnum gæfist kostur á ýmsum leiðum hér í gegnum sveitirnar, þá komust þeir þó ekki yfir árnar nema á vaði.

Gufuskálavað var með öllu ófært, þar hafði enginn farið yfir, og ekki sá ég þar nýleg spor eða traðk, sem ekki var von í þessari hríð. Samt skipaði ég mínum mönnum af baki og fól þeim að róta í snjónum við árbakkann eftir ummerkjum um menn eða hesta. Og viti menn, tveir grófu brátt niður á ófrosinn hrossþrekk, það var jafnvel ylur í honum enn. Hafandi orðið þessa varir hröðuðum við okkur upp að Grafarvaði við Þingnes, þar var nærtækast að reyna aðra leið yfir ána.

Í Þingnesi bjó bóndi sem Börkur hét, og ég ákvað að inna hann fregna; hann komst ekki hjá því að sjá til allra mannaferða yfir ána, og ekki áleit ég að hann myndi þora að reyna að ljúga að okkur eða leyna einhverju, svo fjölmennum her.

Hann sagðist ekkert vita um Þórð, sagði að menn hefðu að vísu stöðugt verið að koma og fara yfir ána „í alla nótt", en hann hefði ekkert skipt sér af því.

„Og þú hefur ekkert séð Þórð Sighvatsson eða hans menn?" spurði ég og horfði hvasst í augu honum.

„Onei, ekki er nú svooo," söngladi hann í hægum og skrækum tón og horfði á móti, alveg rólegur að því er virtist, en með þetta flíru- eða hæðnisglott sem oft er á íslenskum bændum er þeir standa andspænis sér meiri mönnum. Mér gast ekki að þessu og fór af baki, skipaði nokkrum af mínum mönnum að rannsaka bæinn, sjá hvort einhver ummerki væru eftir mannfjölda, matarleifar eða eitthvað slíkt, sömuleiðis áttu þeir að gá í hesthúsin, sjá hvort þar væri allt með felldu. Og þeir komu brátt aftur og höfðu einskis orðið varir, engin merki um að flokkar manna hefðu troðið skálagólf nú nýverið, hesthúsið fullt af klárum. Og bóndi glotti meir. Ég vissi að það gat verið óráð að halda yfir ána og eitthvað út á Mýrarnar ef vera kynni að Þórður væri ókominn, og rangladi sjálfur í þungum þönkum inn í hesthús, klappaði hesti á lendina.

Hann var rennblautur. Og þegar að var gáð reyndust þrír hestanna holdvotir, og greinilega nýteknir undan söðlum. Ég fór út og skipaði mönnum að grípa Börk. Og maður í mínu liði, Einar langidjákn, setti spjótsodd að hálsi bónda og æpti:

„Heyrðu Djöfull, segðu það sem þú veist!"

„Ég veit ekkert hvað Djöfullinn segir þér," svaraði Börkur.

En ég áttaði mig á að þessar yfirheyrslur voru bara tímasóun, því mér var ljóst að Þórður var nýfarinn hjá, og skipaði mönnum að stökkva á bak og þegar við komum yfir ána fundum við traðk eftir hestaflokk, og við hleyptum á skeið eftir þeirri slóð. Það lá við að ég skynjaði lykt af Þórði og hans mönnum, ég fann að þeir voru svo nærri.

KOLBEINN GRÖN

■

Þórður setti mig og Björn bróður á vörð í Svignaskarði, en Svarthöfða í Eskiholt. Okkur var meinilla við að skilja Þórð eftir einan, einhver okkar bræðranna hefði þurft að vera honum til halds og trausts, en hann vildi hafa þetta svona. Ég veit það ekki, og þó, hann valdi auðvitað til þessa menn sem hann gæti treyst til að sofna ekki á verðinum. Drumbur bróðir sagði mér samt að sofna, hann skyldi taka fyrstu vaktina, og ég var ekkert að láta dekstra mig, til þess var enginn tími, settist bara í fleti og steinsofnaði á augabragði. En andartaki síðar hnippti Björn í mig, og þá var eins gott að ég hafði sofnað í skóm og öllum herklæðum, því að nú sást til ferða Kolbeins unga, óvígur her stefndi á bæinn. Við bræðurnir þustum út, hleyptum á eftir Þórði, hittum fyrst Svarthöfða sem einnig hafði séð til ferða hersins. Við héldum áfram allir þrír og náðum brátt okkar mönnum sem allir virtust uppgefnir og lötruðu áfram, Þórður fór fremstur og teymdi á eftir sér hestinn, við hlið hans gekk Teitur Styrmisson, nær dauða en lífi af þreytu sýndist mér, vart af barnsaldri. Kolbeinn og hans menn höfðu nú séð til okkar og skeiðrenndu á eftir okkur og mjöllin gekk í boðaföllum á bæði borð og yfir herinn, eins og færi hraðsiglandi skip. Þórður benti sínum mönnum að stökkva á bak og þurfti ekki að hafa um það margar fortölur. Þreyttir hestarnir skynjuðu líka ógnina og brátt vorum við allir á hröðu undanhaldi. Kolbeinn ungi og hans menn voru þó ekki nær en svo að ef leiti eða hæðarás bar á milli sáust herirnir ekki, en jafnskjótt og eftirreiðarmenn voru í augsýn á ný fundum við að þeir voru komnir nær.

Þá varð mínum hesti fótaskortur, hann kafðist í djúpum skafli eða kannski var skurður undir; við steyptumst báðir og er ég komst á fætur sá ég hvar hestinn bar hratt undan og í sveig til baka. Nú hélt ég að þarna væri upprunnin mín síðasta stund og hóf að ákalla heilagan Símon Pétur og Ólaf helga Noregskonung til að búa mig undir dauðdagann, og jafnframt dró ég sverð úr slíðri og leysti öxi af baki mér því að baráttulaust vildi ég ekki falla. En eitthvað varð til þess að Svarthöfði bróðir minn stöðvaði sinn hest og sneri sér við, og sá hann þá hvers kyns var. Hann hraðaði sér þá til mín þótt ég reyndi að benda honum á að halda á, enginn yrði bættari með að við báðir féllum í hendur óvinanna, og reyndar síst þeir, en Svarthöfði var samt von bráðar kominn til mín og kippti mér upp á sinn hest, og tvímenntum við þannig um hríð bræðurnir, og má af því ráða að þetta var allhraustur klár sem Börkur bóndi hafði okkur léðan. Enda tókst okkur að draga uppi afganginn af okkar mönnum, – sem fóru reyndar ekki nógu hratt yfir.

Ljóst var þá að ekki myndi einn hestur duga okkur

bræðrum báðum til langferðar, og brátt var svo komið að við stukkum af baki á víxl og renndum með hestinum. Fórum við þá á ný að dragast aftur úr, og enn fundum við óvinaherinn nálgast. Og næst þegar röðin var komin að mér að sitja hestinn stökk Svarthöfði af baki, studdi mig í hnakkinn og sló í hestinn, sagði mér að halda áfram. Og þótt mér sé ekki táragjarnt fann ég augu mín fyllast, svo sannfærður var ég um að nú myndi dauðinn skilja okkur bræður að, og þarna hefði Svarthöfði fórnað fyrir mig lífinu, – ég vissi að ekki tjóaði að andmæla stóra bróður eða óhlýðnast hans boðum. Mest langaði mig til að kasta mér af baki og gráta í háum hljóðum, en þá heyrði ég að fleiri í okkar liði voru með grátstaf í kverkum; menn sem ekki höfðu nýverið skilið bróður sinn eftir í greipum dauðans voru farnir að kjökra af ótta við sinn eigin vesæla dauðdaga, svo ég harkaði af mér. Þórður barðist áfram harður á svip gegn frostinu og kuldanum, og er hann sá mig kallaði hann og spurði um Svarthöfða. „Hann er trúlega fallinn.“ sagði ég. Allt í kring voru menn að veina, sögðu hesta sína sprungna og örþreytta, að þeir gætu ekki haldið áfram lengra, að þetta væri ekki hægt. Trúlega vildu þeir gefast upp og fela sig náð og miskunn Kolbeins. Og þá stöðvaði Þórður liðið í skyndingu, við vorum nýkomnir yfir Langá, óvígur her norðanmanna var í sjónmáli.

Þórður hafði ekki mörg orð.

„Drengir góðir,“ sagði hann, „hestar manna kváðu vera uppgefnir. Því stígum við hér af baki, grípum okkar vopn og ráðumst gegn eftirreiðarmönnum, berjumst þar til yfir lýkur.“

En er menn heyrðu þetta vildu allir óðir og uppvægir halda áfram, hestar manna voru ekki lengur uppgefnir, heldur ekki þeirra sem háværast höfðu kvartað örstuttu fyrr. Nú héldum við áfram drykklanga stund, og virtist hætt að draga saman með flokkunum; við fórum yfir aðra á ísilagða, og Þórður sagði að ef við næðum að brúnni við Álftártungu gæfist kannski mönnum og hestum örlítil hvíld.

SVARTHÖFÐI

■

Ég átti ekki annarra kosta völ en að verða eftir og senda Kolbein áfram, maður selur ekki yngri bræður sína í opinn dauðann til að bjarga eigin skinni. Fyrst reyndi ég að hlaupa undan Kolbeini unga og hans mönnum, en þess var enginn kostur svo ég tók það til bragðs að varpa mér til jarðar og ausa yfir mig mjöllinni, og það bragð heppnaðist því að andartaki síðar skeiðuðu þeir allir hjá, en voru þó svo ná lægt að hrosshófarnir glumdu beggja vegna við mig þar sem ég lá. Þá reis ég á fætur, í senn feginn og undrandi yfir halda lífi, en í hina röndina fullur sorgar vegna þess að ofurefli og skelfing voru á hælum bræðra minna og vina, en ég ekki lengur nærri til að vera þeim skjól.

Ég tók stefnuna þangað sem ég vissi að mér yrði ævinlega vel tekið, til baka í Borgarfjörðinn að Stafaholti til

Dufguss föður míns. Það var löng leið og erfið í frostinu og gljúpum snjónum, en samt náði ég þangað heilu og höldnu og barði uppá. Faðir minn kom sjálfur til dyra, en þegar hann sá mig birti ekki til í augum hans heldur kom eitthvert fát í andlitið, svo gaf hann mér merki um að segja ekkert, en hóf sjálfur upp raust sína, svo að glumdi um allan bæ:

„Komdu sæll og vertu velkominn, hér muntu hitta fyrir marga félaga þína úr sveit Kolbeins unga!"

Svo kallaði hann á húskarl og skipaði honum að hjálpa aðkomumanni að koma hesti sínum í hús, en við fórum að sjálfsögðu beint í hesthúsið þar sem ég leysti einn af fákum föður míns og hraðaði mér berbakt áfram út í veturinn, þungur í hug yfir slíkri skálmöld þegar menn eiga ekki lengur griðastað í föðurhúsum, þótt í hina röndina væri mér auðvitað fullljóst að Kolbeinn ungi hefði skilið eftir sína menn á bæjum Borgarfjarðar án þess að hirða um hvort þeir væru þar aufúsugestir.

Einn lítinn bæ þekkti ég utan alfaraleiðar, og þangað hélt ég. Bóndi tók mér vel og bauð mér að leggjast til svefns í baðstofu. Ég dró af mér brynju og stálhúfu, en hafði vopnin hjá mér í fletinu. En ekki hafði ég sofið nema andartak þegar bóndi kom og og sagði mér fljótmæltur að menn Kolbeins væru að ganga í bæinn. Gamall maður og farlama var þar í öðru fleti og einnig lá í baðstofunni vitskert kona eða hugsjúk, og hefði því mátt geta sér þess til að þarna væri sjúkrastofa ef verjur mínar hefðu ekki legið á gólfinu. Ég tók til bragðs að kasta brynju og stálhúfu inn í heitan ofn, og þóttist svo liggja í móki er vopnaðir menn komu í gættina og virtu fyrir sér okkur þrjú sem þar lágum. Ég gerði mér ekki ljóst hvort þeir þekktu mig, en mér fannst þó á því hvernig þeir þögnuðu að þeim hefðu vaknað einhverjar grunsemdir. Og er þeir hurfu úr gættinni kraflaði ég mig út um glugga sem þarna var, vopnlaus, og komst á hestinn. Í því þustu aðkomumenn út úr bænum og réðust að mér. Ég hleypti hestinum og þeir riðu á eftir mér, en þar sem ég var ekki nógu vel kunnugur á þessum slóðum varð mér það á að ríða fram á hamar nokkurn og lenda þar í sjálfheldu; eftirreiðarmenn kvíuðu mig af. Vopnlaus átti ég mér engrar bjargar von gegn þeim fjórum sem munduðu spjót og axir og nálguðust mig. Ég tók þann kost að hrinda hestinum fram af hamrinum og kasta mér svo á eftir. Fallið var hátt og mér fannst ég aldrei ætla að lenda, en við lentum í lausamjöll og hesturinn kom niður standandi og mig sakaði ekki nema óverulega. Þetta var og svo er guði fyrir að þakka nógu mikið fall til að menn Kolbeins treystu sér ekki til að fylgja sömu leið og mátti sjá þá nokkru síðar hverfa á braut. En ég hélt heim að bænum, orðinn því með öllu afhuga að reyna að hvílast, sótti vopn mín og krakaði glóheitar verjurnar út úr ofninum, og hélt svo af stað vestur í Breiðafjarðardali í von um að hitta félaga mína fyrir þar, ef einhverjum hefði auðnast að halda lífi.

TEITUR STYRMISSON

■

Aftur var ég orðinn fyllilega sannfærður um að þarna væri upprunnin okkar hinsta stund. Ég var gegnkaldur og úrvinda og eflaust einnig orðinn máttfarinn af hungri og beið í raun þess eins að Kolbeinn og hans menn drægju okkur uppi með vopn sín reidd. Við vorum komnir að Álftártungu og þar skipaði Þórður þeim úr okkar hópi sem uppgefnir voru eða með örþreytta hesta að búa um sig í kirkju. Ég var í fyrstu á báðum áttum með það hvort ég ætti að fara í kirkjuna, – tilhugsunin var freistandi þótt auðvitað hefði það verið óráðlegt ef nánar er að gáð svo náskyldur sem ég var Þórði, en hitt vó þyngra á metunum þegar ég afréð að halda áfram að menn voru svo æstir í að komast inn í þessa litlu kirkju að hún fylltist á augabragði og þvaga var fyrir dyrum þar sem menn reyndu að troðast inn. Þar að auki vildi ég halda mig sem næst þeim Þórði og Dufgussonum, Birni drumbi og Kolbeini grön, en Svarthöfði var þá sagður fallinn í hendur óvinanna.

Þarna hjá var brú yfir Álftá, lítil og veikbyggð, og bar ekki nema mann og hest og með naumindum þó. Þórður stjórnaði því í hvaða röð menn færu yfir, ætlaði sjálfur síðastur og Dufgussynir, og ég ákvað að bíða með þeim þótt ég öfundaði þá okkar æ meir sem yfir fóru og sprettu úr spori frá hinum bakkanum, á meðan menn Kolbeins voru komnir svo nálægt að við heyrðum til þeirra stríðsöskur og heróp. Um það bil sem við vorum fjórir eftir komu fremstu menn í Álftártungu og þustu þegar að kirkjunni þar sem nokkrir menn voru enn utangátta, við heyrðum þá höggna með aumum og sárum hljóðum. Ég þverfetaði yfir brúna og svo Björn drumbur og Kolbeinn grön. En þegar Þórður var einn eftir kom hópur manna úr liði Kolbeins á stökki niður að ánni og áður en Þórði tókst að byrja að feta sig út á brúna voru þeir komnir að honum með spjót og axir reiddar. Þeir voru átta eða tíu, kannski tólf, þetta gerðist allt svo snöggt, – ég sá Dufgussyni reiða upp vopn sín þótt þeir gætu lítið liðsinnt Þórði þarna af vestri bakkanum. En Þórður virtist furðu rólegur. Hann leysti pokana með öllum sjóðnum af hestinum og kastaði þeim yfir til okkar; þetta voru þungir pokar en allir lentu þeir í mínum greipum og Dufgussona, og að því búnu hóf Þórður upp öxi sína og bar fyrir sig skjöldinn og réðist einn gegn mönnunum. Á augabragði hafði hann höggið tvo þeirra af baki og við sáum blóð laga úr þeim þriðja, og árásarmönnunum varð svo mikið um þetta að þeir flýðu í skelfingarfáti, sneru aftur til meginflokksins sem var við kirkjuna og bæjarhúsin í Álftártungu.

Þórður sætti þá lagi og hóf að feta sig eftir hálum plönkum með hestinn í taumi, en þegar hann var enn á miðri leið var liðssafnaður norðanmanna, miklu fjölmennari en fyrr, lagður af stað til okkar. Þórður komst heilu og höldnu yfir til okkar og hóf þegar upp öxi sína og hjó í brúarplankana. Dufgussynir gerðu slíkt hið sama og það stóðst nokkurnveginn að þegar fremstu mennirnir í liði andstæðinganna náðu að brúarsporðinum steyptist hún brotin í ána.

KOLBEINN UNGI

Mistökin voru þau að rjúka beint að kirkjunni í Álftártungu. Þeir sem riðu fremstir í okkar hópi fóru að elta uppi einhverja hrædda ræfla þar í garðinum, og allur sægurinn elti. Mér fannst eitthvað bogið við þetta og áttaði mig svo á því að Þórður sjálfur og Dufgussynir og þeir aðrir sem eitthvað mannsmót var með höfðu haldið áfram, þeim hefði aldrei dottið í hug að reyna að leita skjóls í kirkju eins og þarna var ástatt. Ég æpti á nokkra af mínum mönnum að elta þá að brúnni, ráðast þar að þeim, á meðan ég reyndi að koma skikki á afganginn af hernum, en allt var þetta orðið um seinan og Þórður kominn yfir og búinn að höggva brúna og þegar okkur loks tókst að komast yfir ána var hann fyrir löngu horfinn með sína menn eitthvað langt út á vaðlana og frekari eltingarleikur þýðingarlaus, – forskot þeirra var orðið of mikið og þeir áttu um svo margar leiðir að velja og það fennti jafnóðum í allar slóðir.

Mistökin voru þau ...

Nei, það voru kannski engin sérstök mistök ...

Við fórum í herleiðangur, við rákum óvini okkar á æðisgenginn flótta. Er það ekki nokkuð gott?

Nei ...

Einhverjir af mínum mönnum voru enn í vígahug, og morguninn eftir létum við leiða menn úr kirkju, þá sem þangað höfðu leitað skjóls, tveir þeirra voru höggnir þar við dyrnar en svo bannaði ég frekari dráp, – þetta voru menn sem engu máli skiptu, kannski áttu einhverjir í mínu liði persónulegra harma við þá að hefna, en ég var búinn að fá mig fullsaddan í bili af þessum tilgangslausu mannvígum. Nokkrir komu til mín æstir af því blóði sem þeir höfðu fengið að vekja og sögðust vita fyrir víst að Tumi Sighvatsson og nokkrir fleiri hefðu orðið eftir á Suðurlandi, vildu að við færum og dræpum þá, en ég nennti ekki að hlusta á þá, bað þá að þegja, var orðinn leiður á þessari heimsku, skipaði að öllum limlestingum yrði hætt þar á staðnum, – og að fara að elta ræfilinn hann Tuma Sighvatsson yfir fjöll og firnindi, ég ætti nú ekki annað eftir, hann hefur aldrei staðið mér fyrir þrifum, nema síður væri ...

Ég var farinn að hugsa um heimferðina. Hún yrði löng og ströng, sér í lagi ef áfram yrði jafn veðurhart, en það var samt ekki verst ...

Við héldum af stað í fjúki, svo lagaðist veðrið og hlánaði og rigndi, snjórinn hljóp í krap og drullu, allt var það hægt að afbera. Á Tvídægru riðum við fram á lík þriggja af okkar mönnum, þeirra sem höfðu orðið úti á suðurleiðinni. Ég skipaði mönnum að svipast um, við voru þar í birtingu og leituðum á meðan ratljóst var; við fundum tvo í viðbót og náðum að slíta þá upp úr sverðinum, hlóðum líkunum á hesta …

Svo kom herinn heim og dreifðist í sveitirnar, fallnir voru fluttir til síns heima, þar stóðu kannski hnuggnar konur í dyrum með grátandi börn, á aðra bæi stauluðust menn heim tálausir, handlama og visnir af frostskemmdum; nokkrir skiluðu sér alls ekki hvorki lífs né liðnir, þeirra yrði leitað á heiðum uppi með vorinu eða jafnvel þegar komið yrði fram á sumar og snjóa hefði leyst og ár farnar að stillast eftir vorleysingar og eins líklegt að melrakki og hrafn væri þá lagstur á hræin og maðkaflugan gotin í augntóttirnar, – og allt þetta vegna árangurslausrar leitar að fáliðuðum stigamanni …

Hefðum við lent í bardaga, hefðum við haft einhvern sigur, hefði okkur tekist að verjast ofurefli, þá hefði verið léttara að afbera mannfallið. En okkur hafði ekki tekist neitt. Ég átti að heita voldugasti maður landsins, og ég vildi að fólk skildi að Þórður væri bara vesæll og hálfsturlaður vandræðagemsi. Hann átti að vera einn um að halda að við værum tveir menn að berjast um landsyfirráð …

En hversvegna var ég þá að kveðja upp heilan her til að elta hann yfir fjöll og firnindi í vetrarveðrum, tapa mönnum og stórlaska aðra í árangurslausri eftirför?

Ég reyndi að bera mig vel, sagði að trylltur flótti Þórðar þar sem við tvístruðum hans liði hefði vonandi kennt honum að hafa sig hægan, – ég skipaði öllum mínum helstu mönnum að tala um þessa för sem afgerandi sigur okkar.

En ég vissi að Þórður var kominn á Vestfjörðu þar sem næstum vonlaust var að ná til hans, og að þar sæti hann með Dufgussonum og fleiri hraustmennum og legði á ráðin, með gnægð fjár og óbugaður. En sóttin fór að mér að nýju, og ég lá í blóðhræringi og vondum draumum fram eftir vetri …

TUMI

■

Fyrst fannst mér það nú ansi hart þegar ég áttaði mig á því að Þórður og þeir voru farnir frá Skálholti þegar ég kom þangað og mínir menn, mér þóttu það vera svik og var að hugsa um að snúa við að Keldum, en þá þyrptust margir að okkur þarna í Skálholti, hrópuðu að okkur ókvæðisorð, hræktu á okkur, hristu vopn, köstuðu grjóti, nokkrir æptu: drepum þá, drepum þá! En þá kom þar að Sigvarður biskup ásamt nokkrum prestum og krafðist þess að við fengjum að fara með friði, hann hefði samið um það við Steinvöru systur, það samkomulag yrði að halda, og við hrökkluðumst af stað í vesturátt, með hundgá í eyrunum, og illyrði og hótanir, þeir æptu að menn Kolbeins unga væru á leiðinni, sætu trúlega fyrir okkur, og að Kolbeinn og hans menn væru óbundnir af öllum samningum, við yrðum allir festir upp eða höggnir. Þá kom upp kurr í mínum hópi, þeir voru orðnir hræddir og fóru að atyrða mig fyrir að hafa verið of lengi að koma mér af stað frá Keldum, þeir hafi beðið mín og beðið, þetta væri allt mín sök, nú yrðum við drepnir eða pyntaðir fyrir slugsið í mér. Ég svaraði ekki þessum fíflum, mér hafði verið illt í höfðinu, auk þess sem ég læt ekki skipa mér fyrir, hvorki Þórður bróðir né nokkur annar skipar að ég skuli koma eitthvað í hvelli, þeir vita þrátt fyrir allt hver ég er. Við héldum áfram. Veðrið fór versnandi. Og það var reyndar dálítill beygur í sjálfum mér, við vorum eitthvað svo einir þarna, ellefu saman, mér hefði þótt betra að vera með Þórði og þeim hinum, það hvarflaði að mér að það hefðu verið mistök að skilja mig frá hópnum, en samt sagði ég mínum mönnum að þegja, að við þyrftum ekki að óttast Kolbein unga eða hans flokk af skítalubbum, við myndum bara berjast gegn þeim. En þegar við komum lengra fréttum við að Kolbeinn ungi væri kominn að norðan með hundruð manna, og þá varð ég að láta af þessum hreystiyrðum, ég kom satt best að segja ekki upp orði fyrir skelfingu, en mínir menn grétu og börmuðu sér, hrópuðu á heilaga guðsmóður eða sínar eigin mæður, allt var það hálf raunalegt þótt ég skildi svosem hvernig þeim var innanbrjósts.

En við sluppum ... Fyrst hélt ég að hönd Guðs leiddi okkur þarna um dimma dali, en svo fóru menn sem við börðum uppá hjá vestanlands að vera með ónot, og dylgja um það að Kolbeinn hefði ekki talið okkur þess verða að bíða okkar. „Nú? Er ég ekki Tumi Sighvatsson?“ sagði ég með þjósti, en Ásbjörn Guðmundsson greip bónda einn og bar hníf að barka hans og spurði hvort hann ætti ekki að drepa þennan ræfil, en ég fann að það myndi vera rangt, það var að læðast að mér hugboð um að ég væri þegar orðinn of vinafár, „slepptu þessum aumingja“ sagði ég, og við létum lítið á okkur bera það sem eftir var leiðarinnar.

Það hafði farið svo í þessari för sem jafnan áður að öll heimsins smámenni höfðu snúist gegn mér, reynt að gera hlut minn sem minnstan, niðurlæging mína sem stærsta ...

ÞÓRÐUR

■

Eftir að okkur tókst svo naumlega að sleppa undan mönnum Kolbeins við brúna yfir Álftá þorðum við ekki einu sinni að hægja á okkur, börðumst bara áfram á hestunum sem við óttuðumst að myndu örmagnast á hverri stundu, stukkum af baki og höfðum þá í taumi upp brekkur og gegnum ófærur, en héldum stöðugt áfram vestur yfir allar Mýrarnar; vöktum loks upp bónda á Skógarströndinni þegar við komumst þangað, ég bar á hann fé fyrir að flytja nokkra okkar út í Breiðafjarðareyjar, lofaði honum meira silfri ef hann segði ekki nokkrum manni af okkar ferðum, og þá loks var hægt að hvílast, leggjast útaf, reyna að sofna ...

En til þess var ég orðinn alltof þreyttur. Ég lá í ein tvö dægur, blundaði öðru hverju en var jafnharðan hrokkinn upp í svitabaði, með þungan hjartslátt, vondar hugsanir. Mér fannst allt vera glatað og ónýtt, mér var svo kalt, mér fannst óvinir vera á hælum mínum, við vorum hundeltir; kvala- og hræðsluvein þeirra úr mínu liði sem voru höggnir við kirkjudyrnar voru stöðugt í eyrum mínum, lið mitt var tvístrað, Tumi bróðir var trúlega dauður, hann hafði að vísu svikist undan merkjum, óhlýðnast mér, en samt fannst mér það vera mín sök ef hann hafði verið drepinn, kannski pyntaður og kvalinn, þetta var þrátt fyrir allt litli bróðir minn, þeirra á maður að gæta, og Svarthöfði var líka fallinn, sá dugmesti úr okkar liði, eina sanna hetjan að mér fannst, ég var bara skítbuxi í samanburði við hann, auðnuleysingi, búinn að steypa mér út í öll þessi vandræði hér, það var þó ekki verst, ég átti ekkert betra skilið, en ég var búinn að kalla ógæfu yfir fjöldann allan af öðrum mönnum, frændur mína og vini, og lá nú hér kaldur og þó kófsveittur og gat ekki hvílst fyrir martraðarkenndum hugsunum og köldum svita, og á hverri stundu kæmi Kolbeinn ungi með óvígan her, og yrði ekki lengi að pína ræfilinn sem ferjaði okkur út í þessa eyju til sagna, eða bara að múta honum, eða kannski þurfti hvorugt, – Kolbeinn var höfðingi og yfirvald þessa lands, ég var hrakinn og kaldur útlagi, veikur og myrkfælinn í útskeri, eins og Grettir Ásmundarson, nema hann var sterkur, en ég gat ekki einu sinni drukkið, var of máttfarinn til að bera drykkjarmál að vörum, eyjarskeggjar komu og hjúkruðu mér, og svo komu Dufgussynirnir tveir og sátu hjá mér, þöglir og kvíðnir, harmi slegnir yfir að hafa misst Svarthöfða bróður, hvað voru þeir án hans? Eða ég ...?

En ferjumaður sagði líklega ekki til okkar, því enginn kom. Og ég gat loksins sofnað og hvílst, og vaknaði hressari, gat étið og hætt að vera svona kvíðinn. Við vorum sjö aðkomumennirnir í eyjunni, auk mín og Dufgussona Teitur Styrmisson og þrír aðrir, þeir komust líka á fætur. Aðrir úr okkar liði ætluðu að dreifa sér út um nesið. Það var þríbýlt í eyjunni og við skiptum okkur niður á bæina, þarna var gestrisið fólk og á okkar bandi, einfalt og hjartahreint í stuðningi við okkur Sturlunga, ég gekk á milli og bar á það fé, það var óþarfi, en ég átti nóg, alveg yfirdrifið. Bændurnir þurftu við og við að sigla til lands, og ég fól þeim að hafa eyrun opin, hlera um mannaferðir, flokkadrætti. Og þeir komu aftur uppspenntir og glaðir, og nú var ég ekki lengur vesæll sjúklingur og flóttamaður seldur undir þeirra miskunn, heldur hetja og fyrirmenni, það lá við að þeir færu upp úr þurru að hneigja sig fyrir mér, kölluðu mig herra strax og þeir stigu af bátum sínum. Því að ferð okkar suður á land var orðin að afreksverki, einstöku afreksverki sem pískrað var um í öllum landsfjórðungum ...

Fyrst gat ég ekki annað en hlegið beisklega, fannst eins og einhver væri að atast í mér, en þegar við spurðum það til mannaferða að Svarthöfði Dufgusson væri kominn þar í sveitirnar og hefði uppi spurnir um okkur hina fannst mér landið heldur betur verið farið að rísa. Ég og Björn drumbur og Kolbeinn grön létum skjóta okkur í land að kvöldlagi og þegar við fundum Svarthöfða held ég að mér sé óhætt að segja að þar hafi orðið fagnaðarfundur, þótt ekki hafi þeir bræður haft um það mörg orð. Svarthöfði fór með okkur út í eyjar um nóttina, og nokkrum dögum seinna ákváðum við að halda allir að Staðarhóli til Sturlu Þórðarsonar, þar vissi ég mestar líkur til að fá sannar fregnir af gangi mála. Og þar fréttum við fyrst að Tumi bróðir væri kominn í héraðið og megnið af hans fylgdarmönnum; Tumi sjálfur dvaldist þá í Hvammi hjá Svertingi – og það sem meira var þá hafði megnið af okkar liði skilað sér heim, við höfðum aðeins misst þrjá menn í þessari för. Ég og mínir helstu menn riðum að heimilum þeirra sem féllu og höfðu átt fjölskyldur og afhentum ekkjunum þeirra skerf af sjóðnum mikla úr Skálholti, og mæltist það vel fyrir því ekki var venja að aðrir greiddu fébætur fyrir fallna en vegendurnir sjálfir.

Sturla frændi minn Þórðarson hafði af því spurnir að her Kolbeins unga væri dreifður um Norðurlandið, þar væru menn hnípnir og margir bugaðir, en Kolbeinn sjálfur lægi þjáður af djúpum hugsunum heima á Flugumýri. Sturla sagði líka að nú væri hugur manna í Dölum og á Vestfjörðum breyttur í minn garð, mér myndi ganga mun betur að safna liði núna en fyrr ef ég hygði á herför á hendur Kolbeini unga, gaf jafnvel í skyn að hann myndi tilleiðanlegur að slást í þá för.

Minn hagur var tekinn að vænkast, þótti mér …

GÍSLI Á RAUÐASANDI

■

Hingað vestur var kominn heillakarlinn Þórður Kakali, minn gamli vin og lagsbróðir, eftir frægðarför suður á land, eins og hans var von og vísa. Ég lét þegar gera boð til hans að Staðarhóli, vissi að hann myndi verða í sambandi við skáldið og frænda sinn þar. Ég lét bera Þórði boð um að hann skyldi koma hingað og vera sem lengst, ég ætlaði að efna til veislu fyrir hann, það mátti ekki minna vera, ekki síst vegna þess hve okkur hafði orðið sundurorða þegar hann kom hér fyrr um haustið og boðaði til fundar hér heima að mér fornspurðum, ég var einhvernveginn ekki viðbúinn því þá, það hlaut hann að geta skilið og fyrirgefið, það getur alltaf kastast í kekki, jafnvel á milli aldavina ... Og dygði ekki veisla til að blíðka hann þá var ég jafnframt þess albúinn að leyfa honum að búa hér, segja honum að gera þetta að sínu heimili, ég átti í fleiri eignir að venda, og lét segja honum að allt hér á bænum, laust og fast, innanstokks og utan, skyldi hann mega skoða sem sína fría og löglega eign. Ég fékk nú engin svör í fyrstu, svo ég fór sjálfur með nokkra af mínum mönnum, fann Þórð og hans liðsmenn, bauð þeim öllum heim að Rauðasandi, bauð Þórði að gefa upp fyrir honum búið, hann skyldi skoða það sem sitt eigið, einhversstaðar yrði hann að eiga heimili og griðastað, sjálfur gæti ég vel búið á einhverri hjáleigunni, fullvissaði ég hann um.

Síst átti ég reyndar von á því að hann tæki þessu, hann er ekki búhöldur að upplagi og hefur hvergi ílenst ...

En hann tók mig á orðinu, mér sýndist hann í alvöru þakklátur og undrandi, þótt hann vel hefði mátt hafa um það fleiri orð, enda þetta vissulega æði stórmannlega boðið af minni hálfu. Og ég varð að láta slag standa, sagði að við frændur og vinir yrðum að snúa bökum saman hvað sem á bjátaði, og að ekki færum við, ég og hann sem höfum þekkst síðan hann var barn, að láta einhverjar smálegar væringar trufla okkar rótgróna vinskap, jafn mikill félagi og vopnabróðir og ég hefði lengi verið föður hans og Sturlu bróður, – og þótt eitthvað hafi fokið í menn er hann kom hér í vetrarbyrjun, þótt við höfum kannski verið eitthvað svona að hvessa okkur hvor við annan, þá væri það nú bara háttur stórlátra manna, að talast við í hreinskilni, og sá er vinur er til vamms segir ...

Það verður hverjum manni erfitt að kljást við gæfu Þórðar Kakala, ég vona bara að honum takist að sigra sitt stríð. Því annars getur þetta allt reynst mér dýrkeypt gagnvart Kolbeini unga, guð forði mér alla daga ...

ÞÓRÐUR

■

Nú voru orðnar svo undarlegar breytingar á mínum högum að ég átti í mesta basli með að átta mig á þeim sjálfur ...

Ég bjóst til vetursetu þarna á Rauðasandi, þar voru mikil hús og flestir af mínum dyggustu mönnum héldu til þarna hjá mér. Þarna var vinnufólk og gnægð matar og drykkjar því að fólið hann Gísli var stórauðugur, – það voru haldnar drykkjuveislur þótt sjálfur vildi ég hvorki drekka né tefla, ekki enn. En veislurnar drógu til sín fólk og sumt dvaldist lengi, þar á meðal nokkrar ungar konur, og það var mikil bót á högum hins hundelta að vera í samneyti við hið fagra kyn. En mest voru þó þau viðbrigði að nú var farið að álíta mig stórbónda og fyrirmann, að maður segi ekki hreinlega höfðingja, menn töluðu til mín af virðingu, jafnvel lotningu, skutu til mín deilumálum í héraðinu; einn maður talaði um mig sem höfðingja Vestfirðinga, eins og það væri á almanna vitorði. Bændur sem áttu fyrir mönnum að ráða komu á minn fund, ég var að eignast ýmsa bandamenn í „stríðinu“ við Kolbein unga, – stríði sem ég var varla farinn að gera mér grein fyrir sjálfur ...

Skynsamir menn voru búnir að reikna út að með vorinu hlyti að sverfa til stáls. Þeir komu á minn fund héðan og þaðan, vildu vita hvað ég hefði í hyggju. Svo það var eins gott að ég færi að fá einhverjar hugmyndir, reyna sjálfur að geta mér til hvaða staða væri upp komin. Ég hafði varla haft annað á prjónunum en að reyna að halda lífi til vors, og jafnvel þótt það ærið metnaðarfullt verkefni, en nú var mér að skiljast að engum þótti koma til greina að ég væri á förum strax og far gæfist, menn töldu að ég hefði hrint af stað verkefni sem ég væri trúlega hálfnaður með, og varla gat ég ætlað mér að stinga af með næsta skipi og halda utan, en skilja eftir mína fylgismenn í súpunni, þetta var mér að verða óþægilega ljóst.

Ég reyndi að hlera tíðindi af Kolbeini unga, heyra hvað hann væri að ráðslaga. Maður kom vestur sem hafði verið í Skagafirðinum og komið við á Flugumýri, en Kolbeinn hafði víst ekki verið þar. Heldur hvar? „Ja, hann heldur konur hér og þar,“ sagði komumaður. „Hann á frillur víða um ríki sitt.“ Og bætti við þegar hann sá að ég varð hálf undrandi: „Það vilja margar konur leggja lag sitt við voldugasta mann landsins.“ En við að heyra þetta fór ég loksins að botna í því hvers vegna Sturla bróðir vildi gína yfir öllu ...

Maður einn átti skip og vildi selja. Það var ekki haffærandi, ekki nógu stórt til sigla því til annarra landa, en ég keypti það samt, það rúmaði marga menn og var smíðað úr rekaviði norður á Ströndum, – og skírði „Ógnabrandinn“ – fannst það sniðugt nafn. Og það var gott að vita af Ógnarbrandinum í fjörunni, á slíkri skálmöld vissi maður aldrei hvenær maður þyrfti að flýja í annað hérað, og þá var í það minnsta sjóleiðin fær.

Ég fann líka að það var hægt að afla sér vinsælda sem yfirvald með því einu að láta þegnana að mestu í friði. Úr sveitinni gerðu menn sér stundum erindi til mín um veturinn til að þakka fyrir að vera lausir undan ofríki Gísla á Rauðasandi um sinn, báðu mig að dveljast þarna sem lengst, – menn sem ég hafði varla vitað að væru til. En mestu réð um þann stuðning sem ég fann að menn virtust álíta mig líklegan til að sigra í landsstríðinu, – svo einkennilegt sem mér fannst það hljóma. En auðvitað er bændum og alþýðu, hvað sem þeim annars kann að finnast um innanlandsátökin, ekki verr við neitt en tilhugsunina um að lenda í sveit hinna sigruðu.

Það bárust um það æ fleiri fregnir að ástandið væri aumlegt fyrir norðan, í ríki Kolbeins unga, – sjálfur kvað hann liggja í blóðhræringi og djúpum hugsunum, en bardagaþreyta væri í öllum almenningi, – einn maður hafði heyrt því fleygt norður þar að ein saman tilvist mín og minna manna væri álitin svik við það loforð að stríðinu við Sturlunga væri að fullu lokið. Það var sagt að á nokkrum bæjum í Skagafirði væri verið að reyna að skipuleggja varðhöld og setur því að þar óttuðust menn árásir frá okkur, en að illa gengi að manna þau varðhöld, bændur vildu vera heima, margir ættu um sárt að binda. Og þegar kom fram á góu með kyrru veðri og froststillum fóru ýmsir að ámálga við mig að nú væri gott til herfara, – mýrar og tún á hjarni, ár ísilagðar og langar tunglbjartar nætur. Stórhöfðingjar á Vestfjörðum og í Dölum létu berast til mín boð um að þeir væru til reiðu með marga menn, og svo tók Svarthöfði mig á langt eintal og sagði ljóst að fyrr eða síðar hlyti að skerast í odda með mér og Kolbeini, – og spurði hvort ég teldi ekki rétt að verða fyrri til og ráðast til atlögu og þröngva honum til einhverra sátta sem kallast gætu sæmandi nú á meðan allar aðstæður virtust mér í hag. Svarthöfði sagði: „Það er ekki á það að treysta að Kolbeinn ungi liggi til lengdar í einhverri vesöld. Og rísi hann upp þá verður hann illur viðureignar, enda höfuðkempa til sinna vopna."

Þegar svona var komið hélt ég að Staðarhóli og ræddi við Sturlu frænda minn Þórðarson. Og ég fann að jafnvel hann var því ekki frábitinn að slást í förina, og skáldið hafði fyrir mörgum mönnum að ráða; ég skildi hann svo að hann myndi koma ef ég næði saman nógu fjölmennu liði, ef hann gæti treyst á að við hefðum sigur …

Smám saman reiknaðist mér og Dufgussonum og Teiti svo til að við gætum kvatt upp sex eða jafnvel átta hundruð manns. Og mér bárust jafnframt um það spurnir að bændur í Eyjafirðinum, fyrrverandi þingmenn föður míns sem voru orðnir þreyttir á ofríki Kolbeins unga og annarra Skagfirðinga, myndu reiðubúnir að kveðja upp lið og ráðast að austan að Skagfirðingum þegar við færum að þeim úr vestri.

Og áður en ég vissi af var brostinn á herráðsfundur heima á Rauðasandi, helstu stórbændur Vestfjarða voru komnir ásamt Sturlu Þórðarsyni og fleiri góðum mönnum úr Dölum. Og flokkar voru farnir að tínast til okkar af fjörðunum, það blikaði á skildi og spjótsodda og sló rauðum bjarma af kyndlum í blárri vetrarnótt undir stjörnufestingu og norðurljósum – þegar undarleg og fáheyrð boð bárust frá Kolbeini unga …

KOLBEINN

■

Ég hafði ekki beðið um þetta stríð, ekki hafið það. Ef ég hefði fengið frið á sínum tíma fyrir ofsa og yfirgangi Sturlunga, frið til að ráða mínu heimahéraði, lifa í næði, þá hefði ég kosið það. En úr því þeir hófu stríð, þá var ekki annað hægt en að berjast til lykta, allt til þrautar, – þess vegna hafði ég látið höggva syni Sighvats, yngri bræður Sturlu og Þórðar, eftir Örlygsstaðafund. En andlit þeirra, afdrif þeirra, héldu fyrir mér vöku sem fyrr; jafnan á dimmum vetrarnóttum svifu barnsleg andlit þeirra mér fyrir hugskotssjónum, það var þeirra vegna sem ég vildi aldrei láta höggva Tuma yngri, sem þó hefði verið löngu maklegt, – ég vildi ekki fleiri draugslegar ásjónur flögrandi að vitum mínum í myrkrinu ...

Ég vissi að það var illt í efni. Mínir skástu menn komu

að hvílunni til mín, þeir voru hræddir, þeir höfðu spurt liðssafnað fyrir vestan, að förufálkinn og einstæðingurinn Þórður Kakali væri orðinn að mikilsháttar höfðingja vestur þar, menn hygðu á stríð, og lítil vörn fyrir landi hér hjá okkur, vonleysi og þreyta í sveitum, – ég hefði sjálfur getað stappað í menn stálinu, en var of veikur, of þungur, of vansvefta, of skekinn af öllum þeim draugum og illu hugsunum sem ásóttu mig, – nú höfðu bæst í vofuhópinn mennirnir tveir sem voru höggnir við kirkjuna í Álftártungu, – kæmi Þórður með harðsnúinn herflokk værum við búnir að vera …

Ég neitaði að trúa þessu.

En svo komu héraðsmenn á minn fund, það var farið að nálgast útmánuði, þeir voru uggandi mjög, sögðu að Þórður væri að draga saman óvígan her fyrir vestan, myndi gera áhlaup hingað norður á hverri stundu, við yrðum að gera eitthvað, safna saman liði, herða hugi manna.

Það áleit ég þýðingarlaust. Hér þurfti snjallari ráð, svo ég lét senda eftir Þorsteini Hjálmssyni frá Breiðabólsstað í Vesturhópi, og hann kom að vörmu spori, dálítið uppveðraður og rogginn. Og ég gerði honum grein fyrir aðsteðjandi vanda, og kvaðst vilja að hann færi vestur í land á fund Þórðar og hans manna til að leita á um sættir.

Þorsteini fannst greinilega mikið til um þetta, að vera fenginn til að miðla málum. Hann hafði fyrrum verið í herförum með Sturlungum og var í vinfengi við marga þeirra, þekkti vel einhverja af Dufgussonum vissi ég; gott ef Björn drumbur hafði ekki verið í fylgd með honum í fyrrahaust áleiðis hingað er Þorsteinn kom til að friðmælast við mig; ég vissi að Sturlungar gætu ekki annað en treyst honum, – Þorsteinn hefur ekki hugarflug fyrir fláræði eða fals.

Það var samt greinilegt að Þorsteinn var smeykur við þetta, hann vill helst fara með löndum, hafa sitt á þurru.

Einhvern vildi hann í það minnsta fá með sér, og ég bauð honum fylgd hraustmennisins Eyvind bratts, – hann er sæfarandi, stýrimaður, upprunninn á Skotlandi, hefur aldrei troðið neinar illsakir við Sturlunga.

„Hvaða sættir má ég bjóða Þórði?“ spurði Þorsteinn.

„Þú skalt bjóða honum jafnsætti,“ sagði ég, „og að við leggjum kröfur hans á mínar hendur í dóm.“

Þorsteini fannst þetta greinilega ekki nógu vel boðið, hann ranglaði eitthvað fram, og út á hlað, var að velta vöngum. Ég elti hann þangað, við stóðum einir í vetrarmyrkrinu.

„Þórði mun ekki þykja neitt jafnsætti nema hann fái allar eignir föður síns, er ég hræddur um,“ sagði Þorsteinn.

„Trúlega metur þú það rétt,“ sagði ég, „og því skaltu bjóða honum, ef þú sérð fram á að allt stefni í ófrið að öðrum kosti, að ég gefi honum upp allan Norðlendingafjórðung og að ég afsali mér öllum völdum, gegn því að ég og mínir menn fái full grið lífs og lima.“

Þorsteinn horfði á mig, ég sá hvernig hann veðraðist allur upp, eins og smáir menn gera ef þeir fá að verða boðberar mikilla tíðinda. Svo riðu þeir tvímenningar á braut.

ÞÓRÐUR

■

Ég ætla ekki að þykjast vera vitrari en mínir frændur og félagar, en ég átti afar bágt með að trúa boðum Kolbeins, sem hann sendi með Þorsteini Hjálmssyni. Þar til fyrir fáeinum vikum hafði varla hvarflað að mér að ég gæti unnið eitthvert stríð, mér var með naumindum orðið ljóst að ég stæði í stríði, – en væri ekki fyrst og fremst að reyna að bjarga lífi mínu. Enn hafði ég þrátt fyrir allt ekki barist við Kolbein unga, bara flúið undan honum yfir snjóa og hjarn og sloppið fyrir tilviljun og guðs miskunn. Og ég gat ekki komið því heim og saman að Kolbeinn legði niður vopnin baráttulaust ...

En ég sat í stofu ásamt mínum helstu liðsmönnum og þar að auki héraðshöfðingjum á borð við Sturlu Þórðarson og Steindór prest Steindórsson á Holti í Önundarfirði, og

Tumi bróðir minn var þarna einnig og Teitur Styrmisson, þegar tilkynnt var koma Þorsteins að norðan, sagt að hann hefði boð að flytja. Nokkrir þarna inni sátu að tafli þegar hann bar að garði, ég vildi ekki tefla og reyndi að forðast að gefa skákborðunum auga, því að taflið var svo tengt drykkju í huga mér, ég vissi að löngunin í bjór yrði óviðráðanleg um leið og ég hreyfði taflmennina, og enn var ótímabært fyrir mig að verða ölvaður ef ég vildi ekki láta drepa mig í þannig ástandi. En Þorsteinn kom og taflborðunum var skotið undan svo að við sátum eins og herráð eða konungshirð þegar hann gekk til stofu.

Þorsteinn heilsaði öllum með kossi og honum var tekið með mikilli blíðu. „Hvað er þér á höndum, vinur?" spurði Sturla Þórðarson.

Og Þorsteinn sagði, eftir að hafa minnt á hve mikill vinur Sturlunga hann hefði alla tíð verið, og eftir að hafa talað um hve mikið lægi við að reyna að halda friðinn í landinu, að hann kæmi beint af fundi Kolbeins unga sem hefði falið sér meðalgöngu um sáttaleit við Þórð Sighvatsson og hans menn.

Við þögðum nokkra hríð og litum hver á annan, – ég sá að Tumi ætlaði að fara að bregðast við, en hætti við það þegar hann sá að ég var að gefa honum gætur. Loks sagði Sturla Þórðarson:

„Ja, þú berð okkur ekki hin smáu tíðindin, frekar en þín er von og vísa."

Ég hugsaði með mér hvað það væri gott að hafa skáldið nærri. Að eiginlega ætti maður aldrei að ráða ráðum án hans …

„Og hvaða sættir vill Kolbeinn ungi bjóða?" spurði ég og gaut augunum til Svarthöfða og Sturlu, vildi vera viss um að breyta rétt, tala rétt …

„Kolbeinn ungi vill bjóða þér jafnsætti," sagði Þorsteinn.

„Og hvað í fjandanum merkir það?“ spurði ég.

„Nú?“ sagði Þorsteinn, „að þið skjótið deilumálum ykkar til Alþingis.“

Ég fann að trúlega var skynsamlegt að mér lögfróðari menn legðu dóm á þetta sáttarboð, en samt gat ég ekki stillt mig um að segja:

„Hvern djöfulinn meinar maðurinn? Hann drepur föður minn og alla bræður, – eða flesta (þarna varð mér litið á Tuma), hann hefur verið með flugumenn og morðingja á hælunum á mér frá því ég kom til landsins, og hann situr yfir öllum eignum minnar fjölskyldu. Þetta er ekki eins og eitthvert landamerkjabréf sem menn skjóta í dóm!“

Ég var trúlega orðinn dálítið hávær, og Þorsteinn hálfskelkaður. „Ég er vinur þinn Þórður, þú veist það vel!“ sagði hann. „Ég var einungis beðinn fyrir þessi skilaboð!“

Þá tók Sturla Þórðarson til máls og hann þakkaði Þorsteini mörgum fögrum orðum fyrir að taka sig upp að vetrarlagi og ferðast langar leiðir til að reyna að stuðla að sættum, og sagði enga menn þarfari en friðflytjendur á þeirri blóðugu skeggöld sem ríkti í landinu og hefði gert alltof lengi. En hinsvegar gæti hann ekki annað en skilið að Þórði frænda sínum Kakala þættu sáttaboð Kolbeins unga heldur rýr, og spurði hvort Þorsteinn hefði virkilega ekkert bitastæðara að bjóða frá hendi Kolbeins en bara þetta.

Og þegar flestir sem þarna sátu tóku undir og sögðu heyr og skóku vopn eða hnefa þagnaði Þorsteinn og horfði drykklanga stund niður í gólfið, allir fundu að hann var að bræða með sér hvað segja skyldi.

Svo sagði hann þetta, sem allir vita, að Kolbeini þætti svo mikilsvert að afstýra frekara blóðbaði að hann væri tilbúinn til að láta undan öllum kröfum mínum, ef það væri það sem þyrfti til að halda frið í landinu.

Það varð steinhljóð í stofunni, eins og menn tryðu ekki

sínum eigin eyrum. Allir biðu minna viðbragða, en ég vissi ekkert hvað segja skyldi. Fannst þó rétt að halda Þorsteini hálfskelkuðum áfram, svo ég sagði þurrlega:

„Mér þykir Kolbeinn vera orðinn meiri unnandi friðar og sátta en þegar hann lét höggva föður minn og bræður á Örlygsstaðafundi."

Og þegar ég hafði þetta sagt losnaði um menn, einhverjir hrópuðu heróp og hristu vopn og hnefa, rödd kallaði: „Þetta hefur Kolbeinn aldrei sagt!" og þá gat Tumi ekki stillt sig lengur, hann stóð upp og þreif í Þorstein og æpti í andlit hans:

„Þú lýgur þessu!"

Ég gaf honum merki um að róa sig, og Tumi settist á nýjan leik og átti greinilega erfitt með að hemja sig fyrir hugaræsingi. En Þorsteinn sór við sálu foreldra sinna að hann segði sannleikann, þetta væru Kolbeins eigin orð sem hann hefði sagt sér í einrúmi og falið sér að bera leiðtogum Sturlunga. Og einhvernveginn vissi maður ekki lengur hvað maður átti að halda, Þorsteinn virtist í sannleika sagt, þar sem hann stóð þarna örlítið klökkur og skekinn, ekki líklegur til að vera að ljúga þessu.

„Ég hefði viljað heyra Kolbein sjálfan bjóða þessar sættir," sagði ég loks, og þá hrópaði einhver: „Við förum samt." En þá tók til máls einn af hinum stærri Vestfjarðabændum, Steindór í Holti, og sagði að úr því svona væri málum komið og þar sem hann hefði ekki ástæðu til að draga heilindi Þorsteins Hjálmssonar í efa, þá sæi hann engin efni til þess að taka þátt í vopnaðri herför til Skagafjarðar. Og fleiri tóku undir og töldu ekki stætt á öðru en að þiggja þetta sáttaboð, og þótt ég væri efins og vildi fyrir alla muni halda hernum saman eitthvað lengur, þá varð ekki við það ráðið að menn fóru brátt að tygja sig til ferðar, hver með sinn flokk í sína heimasveit.

Öll áform um herför í Skagafjörð voru farin út um þúfur um sinn. Það voru engir eftir nema við gamli kjarninn, – við biðum á Rauðasandi og brátt fór að bera á merkjum um vorkomu og þá yrðu sprænur allar að stórfljótum og ófært um mýrar og votlendi.

TUMI

■

Ef ég hefði fengið einhverju að ráða hefði aldrei verið tekið minnsta mark á þessum „sáttaboðum" sem Þorsteinn fíflið Hjálmsson þóttist vera að bera frá Kolbeini – og var auðvitað ekkert að marka þegar til kom og þótt lengi væri beðið staðfestingar á þeim komu á endanum þau tíðindi ein, – eftir að Þórður hafði gert okkur bræður að fíflum með því að senda menn norður að spyrja hvenær Kolbeini þóknaðist að hrökklast frá völdum! – að Kolbeinn ungi kannaðist ekki við neitt. Ef ég hefði eitthvað haft að segja hefði þvaðrið í Þorsteini Hjálmssyni verið látið sem vindur um eyru þjóta. Og ég sagði það strax eftir fundinn við Þórð, – það heyrðu margir, ég get leitt fram mörg vitni, – ég sagði að það væru fáránleg mistök að leyfa hernum að fara. Og hvað kom ekki á daginn? En það mátti ekki fyrir nokkurn mun hlusta á mig, nú var það alveg bannað, einhver lög virtust mæla svo fyrir að orð mín væru að engu hafandi um aldur og ævi, – ég sá hvað Þórði var í nöp við að ég tæki til máls á fundum, hann sendi mér svo illt auga, þótt hann aftur á móti leyfði strákfífli og hálfgerðu smábarni á borð við Teit frænda að komast upp með að gapa og þvaðra eins og honum sýndist. Þetta var næstum meira en hægt var að afbera, því ég var þrátt fyrir allt Sighvatsson, ekki síður en Þórður, – en var samt sýnd þessi niðurlæging. En ég sagði ekki neitt, eins og um hafði verið samið, ég stóð við mitt, og nú fékk hann að kenna á þeirri heimsku sinni að vilja hafa ráð mín að engu, – og verða fyrir vikið svo hroðalega svikinn og prettaður sem raun varð á og hefði aldrei gerst ef menn hefðu hlustað á mig.

Það eina góða við þetta allt var það að nú neyddist Þórður til að hlusta á mig. Honum var ekki stætt á því lengur að láta allan minn boðskap liggja í þagnargildi. Og hann féllst á að ég safnaði nokkrum hraustum mönnum til hleypifarar inn í ríki Kolbeins unga, – nú skyldi ég sýna mönnum hvernig ætti að heyja svona stríð, nú skyldi ég sýna mönnum að það getur munað öllu að hafa mig í liðinu, hafa ráð mín að einhverju, – sýna mönnum hver væri best til foringja fallinn ...

ÞÓRÐUR

■

Ég verð bara að segja eins og Björn drumbur: Ég veit það ekki …

Ég veit ekki hvernig ég hefði átt að bregðast við sáttaboði Kolbeins, hvað ég hefði getað gert öðruvísi. Það skal játað að ég var því ekki viðbúinn, það kom mér í opna skjöldu … Líklega verður að segjast að þarna sló hann mér við, hann reyndist mér slægari, harðari, ófyrirleitnari, með þeim vopnum hlutum við að berjast, og þarna hafði hann fullan sigur. Við biðum efnda, einhverrar staðfestingar frá Kolbeini, biðum vikum saman en ekkert gerðist, sendimenn okkar fengu engin viðbrögð, náðu hvergi fundi málsmetandi manna.

En loks komu svör úr Skagafirðinum, ekki frá Kolbeini unga heldur kom maður sendur af boðberanum Þorsteini

Hjálmssyni, dauðhræddur maður og gráti nær, sagði Þorstein liggja í hugarvíli og örvæntingu, vilja helst við engan tala og hefði uppi um það miklar heitingar að skipta sér aldrei framar af deilum milli höfuðætta í landinu og að fyrr myndi hann dauður liggja en hann flytti á ný nokkur sáttaboð fyrir hönd Kolbeins unga, en Kolbeinn semsé harðneitaði að hafa nokkurntíma orðað þau tilboð sem Þorsteinn bar okkur hingað, hann mun hafa ávítað hann og snuprað mörgum orðum og sagði sendiboðinn að Þorsteinn húsbóndi sinn, Hjálmsson frá Vesturhópi, væri nú manna mest fyrirlitinn, spottaður og hataður um gjörvallt Norðurland ...

Nú var ekki lengur hin góða tíð til hernaðar, heldur kafasnjór yfir öllu en daufur vorþytur í lofti, og innan skamms myndi án efa bresta á með vorleysingar, trúlega á skemmri tíma en tækist að boða saman allan herinn á nýjan leik, og þótt það næðist væri algert óráð að hefja herför í þessu tíðarfari.

Tumi bróðir minn var bardagafús, það má hann eiga strákkvölin, hann vildi hefna þessarar svívirðu ... Ég sagðist halda að hefndir á einstökum mönnum væru til einskis gagns, en ég féllst samt á að Tumi safnaði saman nokkrum mönnum, Ásbirni Guðmundssyni, Svíunum tveimur, og fimm öðrum, og héldi af stað sem laumulegast norður í Húnaþing; þar bjó maður sem hét Mörður Eiríksson og hafði verið á Örlygsstaðafundi; hann átti spjót sem hann kom með úr bardaganum allt í hlykkjum og gumaði af því við hvern mann og var fyrir það nafnkunnur víða um land að svona hefði spjótið farið er hann stakk Sighvat föður okkar, að spjótið hefði „hallast í goðabeinunum."

Tumi bróðir minn var kannski ekki mikill fyrir mann, og mörgum þótti hann gallagripur. En til þessarar farar réðst hann af hugdirfsku mikilli. Við kvöddumst að kvöldlagi, en sáumst aldrei framar. Ég spurði það eitt þremur vikum síðar að þeir hefðu komist allir saman óséðir að Hvammi í Vatnsdal og drepið þar Mörð þennan Eiríksson, stungið hann með sínu eigin hlykkjótta spjóti. En á meðan gerði þey mikinn með hlýindum og stórum rigningum, hlupu vötn fram og leysti árnar. Og er þeir komu til Staðar í Hrútafirði var flóð og áin ófær yfirferðar. Munu nokkrir þeirra, Ásbjörn Guðmundsson þar á meðal, hafa reynt að sundríða ána og drukknað, en Tumi og þeir hinir biðu við árbakkann uns eftirreiðarmenn að norðan komu að þeim og hjuggu þá alla þar á staðnum.

Nú lifði ég einn minna bræðra. Um herleiðangra norður þýddi ekki að hugsa að sinni, og ég beið af mér vorið með mína fáliðuðu sveit.

KOLBEINN UNGI

■

Það var komið sumar með mikilli veðurblíðu, heilsa mín fór stórum batnandi, eiginlega kenndi ég mér einskis meins ... Ég fór um sveitir og stappaði í menn stálinu, sagði að nú færi í hönd úrslitaorrusta okkar Þórðar Kakala, annar hvor yrði að hníga, og það yrði ekki ég því að auðvitað myndum við Norðlendingar sigra, við höfum aldrei borið skarðan hlut frá bardögum okkar við Sturlunga, og hvers vegna skyldum við taka upp á því núna? Og hrakningar vetrarins gleymdust mönnum með batnandi tíð, og ófarir Tuma Sighvatssonar og hans manna höfðu líka snúið taflinu okkur í hag, nú voru það við sem vorum á sigurbraut, þeir á undanhaldi, – stríðsgæfan var á okkar bandi. Ég lét gera út njósnamenn á Vestfjörðu, lét þar spyrjast að ég og allir mínir menn værum að vígbúast, við myndum gereyða allri byggð á Vestfjörðum ef það væri það sem þyrfti til að Þórði tækist ekki framar að leynast þar, tækist ekki framar að kveðja upp herlið gegn mér og mínum mönnum – og að þegar til þess kæmi að við héldum vestur yrði þess rækilega minnst hverjir nú stæðu með mér og hverjir með Sturlungum.

Ég var með sexhundruð menn, vel vopnaða, harðsnúna og fylgispaka, við réðum okkar ráðum, hugmyndin var sú að ríða yfir Laxárdalsheiðina og drepa alla tiltæka Sturlunga í Dölum vestur, halda þaðan á Vestfirði. En ég var ekki allskostar sáttur við þessa áætlun, því að til þess að ráðast að byggðum Vestfirðinga er best að fara sjóleiðina, fjallvegir og heiðar geta verið seinfarnar og torsóttar hestríðandi flokki. Ég átti nokkur skip, þar á meðal eitt hafskip er kom snemmsumars úr Noregi með korn, mjöð og smíðavið, ég ákvað að kyrrsetja það um sinn. Ég lét kanna hverju væri hægt að safna af sæmilegum fleytum fyrir norðan land, og brátt vorum við búnir að draga saman tuttugu stórar fleytur í Skagafjörðinn. Ég lét búa þær allar til hernaðar, skjalda á bæði borð, útbúa með stafnljám og drekum; báru stærri skipin hæglega fjörutíu hermenn hvert og þeirra alvæpni, en hin minni tuttugu til þrjátíu menn vel vopnaða. Og á Jónsmessukvöld í fögru veðri hafði ég mannað öll skipin og í ágætu suðaustanleiði héldum við út fjörðinn, fyrir Skaga og stefndum á Hornbjarg.

ÞÓRÐUR

■

Það var af sem verið hafði um veturinn að frændur mínir og vinir fyrir vestan væru fúsir til herfara, nú færðust þeir undan, allir sem einn. Nokkrir sveitahöfðingjar sögðust tilleiðanlegir að slást í hópinn „ef allir aðrir eru það einnig," en enginn vildi taka af skarið. Sturla Þórðarson sagðist vilja kveðja upp menn í Dölum, en eingöngu til að verja hendur þeirra ef Kolbeinn gerði atlögu að norðan; hann sagði fáliðaða árás í Skagafjörðinn glapræði og feigðarflan, og kannski hafði hann rétt fyrir sér ... Ég hafði Dufgussyni og Teit frænda og gamla hópinn minn að mestu, við vorum fjörutíu í allt. Ég gerði menn út til liðssafnaðar, enn skyldu fengnir eirðarlausir útróðramenn og landhlauparar, í þetta sinn gat ég keypt þá til liðs við okkur með peningum, við vorum þá orðnir rúmlega sjötíu, eflaust myndum við geta skrapað saman fleiri menn með góðu eða illu ef á þyrfti að halda eða sverfa myndi til stáls, en samt vorum við enn alltof fáliðaðir ...

Þá komu njósnamenn úr Eyjafirði og fundu Teit sveitunga sinn Styrmisson, hann leiddi þá á minn fund, og þeir sögðu þær fréttir að Kolbeinn safnaði liði um allt Norðurland, en að mörgum Eyfirðingum hrysi hugur við því að fara með fjandanum Kolbeini unga og hans yfirgangssömu Skagfirðingum í herleiðangur gegn syni síns ástkæra og virta goða og leiðtoga Sighvats Sturlusonar, og voru skilaboð til mín frá nokkrum mikilsverðum bændum þess efnis að tækist mér að safna saman einhverju liði undir vopnum og komast með það norður til þeirra, þá myndu þeir fylkja sér með mér í baráttu við Kolbein.

Þetta virtist okkar eina bjargráð ...

Nema hvað það gæti reynst torsótt að komast með vopnaðan herflokk úr Vestfjörðum og til Eyjafjarðar, því að þá var um Skagafjörðinn að fara og gjörvallt ríki Kolbeins unga. Sjóleiðin var ein fær og til þess þurftum við að safna saman fleytum. Við mönnuðum skipið mitt, Ógnarbrandinn. Á Sandi í Dýrafirði fengum við skip sæmilega stórt og var kallað Rauðsíðan, það var teinæringur, í seinni tíð eingöngu notaður til að ferja hey og kvikfénað. Hákarlaskip fengum við í Önundarfirðinum og sömuleiðis sæmilegan lúðuveiðara; þessi fley báru okkur alla norður fyrir Horn og á Strandir þar sem við hugðum fleiri fleytur að hafa.

Átta báta fengum við þar til viðbótar, flesta með mútum og hótunum. Margir útróðrabændur þar um slóðir flýðu á bátum sínum er þeir spurðu komu okkar, sjálfir vildu þeir ekki rekast í hernað og enn síður leggja báta sína í hættu, – mér fannst þetta alltof lítill og lélegur skipakostur þar til ég áttaði mig á því að hann var samt meira en nægur til að bera þann litla mannskap sem ég hafði, – til viðbótar við þá sem áður voru nefndir voru það aðallega áhafnir bátanna sem við þarna náðum til. Við vopnuðum alla, bárum grjót á bátana – ég óttaðist að Kolbeinn gæti sent skútur út að herja á okkur er sæist til bátaflotans okkar úr landi, og þá gæti helst orðið okkur til varnar að hafa nægan grjóthnullunginn. Og þessvegna var lán í óláni að við höfðum ekki nægan mannskap til að fylla þó þessar kænur sem við höfðum getað með góðu eða illu sviðið út úr fiskimönnunum og búandköllunum fyrir vestan; bátarnir voru ekki hlaðnari en svo að við höfðum nægt rými fyrir grjótið, við drekkhlóðum þessi fley ...

Svo hélt ég með flotann út Trékyllisvík, ætlaði heim í Eyjafjörðinn þar sem vonandi biði mín einhver sæmilegur liðsafli.

Úti á miðjum Húnaflóanum datt á með dúnalogn. Við ræddum hvað gera skyldi; það var langt að róa í Eyjafjörðinn, en varasamt að eiga á hættu að þurfa að leita lands einhversstaðar á leiðinni, í miðju ríki Kolbeins. Sem við erum að bræða þetta með okkur spyr einn úr mínu liði, og rýnir út flóann:

„Eru þetta selir sem liggja þarna á ísnum?“

„Þarna á ekki að vera neinn ís,“ segir þá einn vestfirsku sjómannanna, örlítið styggur.

En þegar við rýnum betur sjáum við að þarna muni vera skip, heill floti nánar tiltekið, þarna lágu þau í dauðum sjónum og logninu og biðu byrjar, með stór segl lafandi slyttislega. Að mér sótti ískyggilegt hugboð, en án þess ég ræddi það frekar fól ég mínum mönnum að taka til áranna og nálgast flotann ...

Og er nær dró var ekki lengur um neitt að villast; þetta var her Kolbeins unga á skipum. Þau voru mun fleiri en okkar, miklu stærri, og öll fullskipuð mönnum, gráum fyrir járnum ...

SVARTHÖFÐI

■

Við höfðum allt grjótið …

Okkur brá reyndar fyrst við að sjá þennan herskipaflota Kolbeins, – öll þessi stóru skip og fjölmennu, en við einhver strjálingur á fáeinum fleyum. Ég sá að Þórði brá, því við höfðum gert mistök, við hefðum farið landleiðina í Eyjafjörðinn ef við hefðum átt von á að þeir kæmu siglandi, – meiningin hafði verið sú að róa þetta til að forðast að lenda í flasinu á þeim … Þórður sat eitt andartak höggdofa, hann pírði augun eins og til að reyna að grilla betur það sem við okkur blasti. Svo sneri hann sér að okkur og sagði:

„Við skulum grýta þá í hel!“

Menn lögðust hikandi á árar, og þegar við nálguðumst meir á fisklyktandi skútunum okkar á móti flotanum þeirra; tuttugu skip og sum hver skjölduð á bæði borð – á móti okkar tólf, þá biðu þeir þar með alvæpni við borðstokkana og létu skína í tennurnar, en mest af hlátri þó, því þeir þóttust aldeilis hafa í fullu tré við okkur. Og þeir hófu að kasta stöku spjótum og selskutlum sem lentu í sjónum og einn eða tveir reyndu að skjóta af handbogum og svo fleygðu þeir nokkrum grjóthnullungum sem voru um borð í skipunum, svona eins og til að stríða okkur, og þeir tveir eða þrír í okkar liði sem fyrir grjótinu urðu kveinkuðu sér með hljóðum og féllu við og einn rotaðist á skipi Þórðar sem fór fremst.

Svo voru þeir búnir með kastvopn og steina. Enn höfðumst við ekki að, menn biðu átekta í báðum liðum. Við litum til Þórðar og hann hóf upp raust sína og kallaði yfir til manna Kolbeins og bauð þeim að gefast upp og leggja niður vopn, öllum yrði þeim þyrmt.

Þetta þótti andstæðingunum mikil svívirðing og allt drukknaði um sinn í gnöldri og grimmum hlátrum. Það var lagst á árar á fremstu skipunum og þeir mjökuðust að okkur og hristu vopn og hugðu á uppgöngu á bátana okkar. En þá hrópaði Þórður enn, og skipaði okkur að hefja á þá grjótkast; og hroðaleg varð sú drífa. Við sem vorum vanastir hernaði og hefðum kannski í landi verið hittnastir, við vorum ekki skeinuhættastir; það voru fiskimennirnir, þeir sem höfðu fengist við að stíga ölduna alla sína ævidaga og héldu helst ekki jafnvægi nema allt ruggaði undir þeim; hinir óhermannlegustu í okkar liði – nú voru þeir í essinu sínu, fiskikallarnir og svo sá einhenti, unun var að horfa á hann í þessum slag, hversu skeyti hans hæfðu, hvernig hann tíndi niður menn hvern af öðrum á skipum andstæðinganna, og alltaf þegar einhver lá, þá hló hann af gleði, eins og barn …

Mönnum Kolbeins brá sem vonlegt var og þeir hrukku undan eftir því sem við varð komið í þvögunni og margmenninu um borð hjá þeim; reyndu að skýla sér við borðstokkana eða hver bakvið annan á meðan harðasta drífan gengi yfir; hafa trúlega reiknað með skjótri uppstyttu eins og varð í þeirra hríð. En henni linnti ekki hjá okkur. Við gátum nálgast skipin þeirra að vild því enginn hélst við borðstokkana hjá þeim og enginn gat brugðið vopni í miðri grjóthríðinni, og í okkar liði kom upp mikið kapp og gleði, kallarnir urðu eins og smádrengir í grjótkasti og voru farnir að hlæja og æpa og spyrja hver annan: „Sáuð þið þetta, sáuð þið þetta!“ Og þarna lágu hinir hraustu vígamenn Kolbeins unga, herinn sem hafði gereytt veldi Sturlunga á Örlygsstöðum, og þeir skriðu um, báðu guð að forða sér og veinuðu og grétu undan grjótkastinu frá okkar mönnum sem voru komnir svo nálægt að þeir gátu skotið þangað sem þeim sýndist, valið hvern mann þeir hygðust hæfa og hvort það yrði í bak þeim, hendur eða höfuð; margir réttust við er níðþungt grjót buldi á baki þeirra og á því augnabliki kom annar hnullungur í andlit þeirra af stuttu færi; sumir voru hættir að bærast undan skotunum því þeir voru þegar dauðir; það lágu lík eins og hráviði um flest þeirra skip og jafnvel herforinginn sjálfur Kolbeinn ungi mátti felast bakvið skjaldborg sem menn hans reyndu í ofboði að slá um hann og langa hríð heyrðust varla hvatningaróp hans eða skipanir í gegnum allan gnýinn sem varð af því er grjót buldi á brynjum og stálhúfum og beru holdi og af kvalaópum þeirra sem fyrir urðu og svo trylltum og blóðþyrstum hlátrum okkar manna.

Og er loks fór að fættast grjótið var nálega enginn ósár úr þeirra liði; menn risu marðir og brotnir uppúr kös hinna dauðu og rotuðu og horfðu með blóð í augum og kvalastjarfa á andlitum út yfir glampandi hafflötinn sem bylgjaðist af hægri undiröldunni. Og þá fyrst gátu þeir tekið að fálma eftir vopnum sínum, þeir sem enn höfðu kjark og burði til þess yfirleitt að hreyfa sig ...

ÞÓRÐUR

■

Ef ég ekki sigra er ég dauður.

En ef ég sigra þarf ég að fara að ráða og stjórna ...

Ég fæ Steinvöru systur til að stjórna. Hún er stjórnandi og menn taka mark á henni. Og Sturla Þórðarson getur skorið úr deilumálum.

Óheimskir og sáttfúsir skulu jafnan aufúsugestir, og hjá mér skulu jafnan verða taflborð og drykkir til reiðu fyrir þá sem vilja leysa mál í góðsemi og glaðværð.

Þurfi dráp að fremja skulu heimskir menn einbeita sér hver

að öðrum. Og allir níðingar kirkjugriða og þeir sem myrða konur og börn skulu réttdræpir.

Ég myndi semja við landslýð: ef þið verðið til friðs skal ég ekki skipta mér af neinu.

KOLBEINN

■

Ég hef oft séð blóðbað, en aldrei sem þetta, menn flutu í blóðlaugum …

Að sjá blóðþorstann og grimmdina og æðið í andlitum þessara manna … ég hef margt lifað, oft hefur flotið blóð, en aldrei hefur mér brugðið svo illa … Ég var eiginlega búinn að fá nóg af blóði, af hræðilegum sárum og veinum og gráti hinna deyjandi, af hverju var ég ekki bara sálmaskáld eins og Kolbeinn föðurbróðir minn: Heyr himnasmiður, hvers skáldið biður …

Þarna mættum við hryllingnum …

Það var eins og eilífð, það var eilífð, frá því þeir fóru að kasta í okkur grjótinu og þar til það loks gekk til þurrðar. Og þeir komust alltaf nær okkur og nær, því að við gátum ekki nema beðið og reynt að hlífa okkur á meðan grjótið buldi og höfuð brotnuðu með dumbu braki og klúrum brestum allt í kring og maður sá blóð og heila fljóta og gat ekki annað en beðið himnasmið að manns eigið blóð og heili flyti ekki samanvið blóð og heila hinna ...

Eins og við höfðum hlegið fyrst er við sáum þá nálgast, róandi í átt til okkar yfir lognsæinn á þessum fiskiskútum og heyferjum sínum, sem varla stóðu upp úr sjó; maður fékk á tilfinninguna að þetta væru hriplekar fúabyttur og þessvegna svona signar, varla borð fyrir báru, en við hefðum mátt hugsa nánar, því þær voru svona þungar af grjóti; ávölu og þungu fjörugrjóti; hnullungum. Við vorum miklu fleiri, og skip okkar stærri, og mínir menn allir hermannlegri að sjá og með glæstari vopn. Og er Þórður hóf upp rödd sína þarna úti á reginhafi, – rétt að sæist blánandi Hornbjarg í vestri og svo Skaginn í austri, – og heimtaði að sínir menn köstuðu í okkur grjóti, þá var það líka hlægilegt; grjótkast er það sem menn grípa til að lokum, er örvar og kastvopn eru þrotin og sverð gengin úr hjöltum og axir brotnar og öll sund virðast lokuð, – fyrst þegar svo er komið beygja menn sig niður í örvæni og rífa upp grjót og möl og torfsnepla ...

En þarna úti á hafinu, þá gripu þeir strax til örþrifaráðanna, og manni hló hugur í brjósti og hugsaði með sér að þótt færi kall og kall þá yrði grjótið á þrotum innan skamms og of langt niður á hafsbotn eftir nýjum vopnabirgðum ...

En svo voru tíu manns fallnir, og svo meira en tuttugu, þrjátíu, og miklu fleiri brotnir og slasaðir; fjörutíu lágu og nokkur skipanna voru að breytast í eina vilpu af líkum og blóði; á endanum lágu meira en sextíu dauðir, og flestir af þessu djöfullega grjótkasti ...

Og allt flaut í blóði ...

Ég hafði haldið að ég væri laus við það, í eitt skipti fyrir öll, eftir Örlygsstaðafundinn þar sem ég lét mig hafa það að drepa þessa frændur mína, Sturlungana, og vera þar með frír við þá í eitt skipti fyrir öll og ófriðinn sem af þeim stendur. En að sjá Þórð og þessa vestfirsku þursa róa í átt til okkar, þögla og samanbitna, á tíu eða tólf slorugum lúðuveiðurum og hákarlabátum, illa vopnaða flesta, sumir í ryðguðum brynjum, – en við á tuttugu skipum, ég sjálfur á haffærandi langskipi skjölduðu á bæði borð, en þeir með heiftina eina, blóðþorstann, hefndaræðið ... Að vísu voru í vestfirska hernum að meirihluta hræddir búandhokrarar og fiskimenn, en sveitin í kringum Þórð var hroðaleg: þau hálftröll Dufgussynir, hver öðrum afrenndari og óskaplegri, og virðast gleðjast þá helst og geta hlegið ef á þeim standa öll spjót og þeir sjálfir löðra í blóði andstæðinganna sem sínu eigin. Og Þórður sjálfur allra manna grimmastur, virðist fyrirmunað að skilja hættu eða hafa vit á að hlífa sér, það er næstum eins og hann vilji deyja sem fyrst, vilji binda enda á þetta allt en taka þó sem flesta með sér; það er þetta æði í augum hans í bardaganum sem er skelfilegast, það er ekki við menn að eiga, því að menn er hægt að skilja, en ekki Þórð og þessi hálftröll hans sem á endanum hlupu upp á skipin þar sem minnst var fyrirstaðan og hjuggu þá og særðu sem enn voru þá á lífi, og áður en við hinir náðum að átta okkur og ná almennilega vopnum okkar var brostið á með þögn og þessir hryllilegu óvættir voru að róa á brott, höfðu næstum skilið eftir foringjann Þórð sem virtist ekki geta slitið sig úr bardaganum þótt hann væri orðinn einn gegn mörgum og þyrfti á endanum að kasta sér fyrir borð og synda til sinna manna, og blóðlitur í kjölfari hans; og menn hans ekki eins ullargráir og ryðbrúnir og þeir höfðu verið því að nú voru þeir skreyttir blóði minna manna, en aftur orðnir þöglir og bognir og maður sá er þeir sneru á braut að þeir voru ekkert nema bak eins og menn verða af miklum róðri; stefndu á blánandi Hornbjargið inn í kvöldgoluna sem var að draga mistur utan af hafinu; en mínir menn ófærir um að elta vegna sára sinna og óttans og þess að þeir gátu sig varla hreyft fyrir dauðum búkum og vegna þess að okkar skip voru allt of stór og þung í róðri til að halda í við skútur þessara ólseigu sjóara ...

Þeir voru fyrir löngu komnir úr augsýn og eflaust gengnir á land þegar mér tókst að koma einhverju skikki á herinn, – þegar við loks vorum búnir að flokka í þrennt þá sem voru dauðir og þá sem voru ófærir af sárum og svo hina sem enn máttu kallast uppistandandi; fjögur skip lögðu af stað í austurátt til okkar heimahaga, hlaðin dauðum og dauðvona mönnum ...

En ég vissi, þótt ég sjálfur væri búinn að fá meira en nóg, að ef við ekki sýndum lit á að elta Þórð og hans menn og drepa dálítið og hefna, þá væri ekki aðeins orrustan töpuð heldur líka allt þetta kámuga stríð. En það var ekki létt verk að blása mínum skeindu og skelkuðu mönnum hernaðaranda í brjóst þótt ég tæki á öllu sem ég ætti: „Mínir menn, þið hafið vel dugað, en okkar verki er ekki lokið!“ ...

Nei, okkar verki er aldrei lokið, því lýkur aldrei, fyrren við erum allir dauðir þessum sama hræðilega dauða ...

„Mínir menn!“ ...

„Við skulum herja svo á Vestfirði, brenna bæi og svíða akra og kvista búsmala og brjóta báta í naustum og míga í brunna og matvælum spilla og byggðum eyða, að Þórður Kakali muni aldrei framar geta reist þar upp her á móti oss!“

Og svo reyndum við að beita upp í goluna og loks tókst okkur að slaga fyrir Horn og er við komumst inn í Djúpið voru menn orðnir örmagna og horfðu á þessi grimmu og himingnæfu fjöll á báðar hendur og vissu að þeir áttu það eitt verk fyrir höndum að brjóta þau helst niður og sópa mölinni í sjó, og þótt ég enn reyndi að beita mælsku og hleypa í sjálfan mig nægum hug til að hvetja liðið fann ég að það dugði ekki einu sinni á sjálfan mig lengur. Við tókum loks land hér í Æðey í Djúpinu og bóndi þar stendur með konu sína og börnin fimm og skelfingarsvip og horfir á okkur þennan her stíga á land með kvöl og hatur í augum, og miðað við allt sem ég hafði sagt hefðum við átt að hefja störfin strax þar í flæðarmálinu og kvista niður konuna og börnin og pína svo bóndann fyrir það eitt að hann var Vestfirðingur eins og þetta reytingslið hans Kakala, en ég fól honum bara að gefa mínum mönnum mat og vísa þeim í húsaskjól í skemmu eða hlöðu því að nú var farið að hellirigna, en sjálfur fékk ég að leggjast hér í fleti hjónanna og héðan vildi ég helst aldrei hreyfa mig framar þótt ég geti að sama skapi varla legið hér fyrir tilhugsuninni um allt þetta blóð, alla þessa skelfingu, og það verður verra í svefninum því þá sækja á mig heiftarandlit mannanna með grjótið, óvættanna, hinna illu sem aldrei munu láta undan síga og eilíft uppvekjast á ný …

ÞÓRÐUR

■

Það setti að mér skjálfta á meðan við rerum til lands eftir blóðbaðið á Flóanum ...

Þetta var ekki kuldahrollur því að mér var heitt í andliti, það logaði, en skjálftinn var óstöðvandi eigi að síður; ég varð að hafa boð til minna manna fáorð og hávær, svo að ekki rynni allt saman í hálfgerðan ekka ...

Ég settist sjálfur undir árar í von um að fast og seigt áratogið myndi koma mér í lag, en það dugði lítið. Ég sá að fleiri voru skjálfhentir, allir voru þöglir og rjóðir, menn voru úrvinda og fullir sigurgleði, en jafnframt var að renna upp fyrir okkur að enn voru margir lífs í liði andstæðinganna, – og þeir voru miklu fleiri en við og betur vopnaðir. Við sögðum ekki neitt, rerum bara og rerum, og komumst inn á Trékyllisvík, – hver báturinn á eftir öðrum, allir sneru þeir aftur, og næstum allir úr okkar liði lífs. En menn voru svo úrvinda að sumir gátu varla risið upp af sínum þóftum, aðeins þeir allra harðgerustu sáu um að draga bátana á þurrt, svo láku menn niður í sandinn, þeir hnigu niður eins og slytti, lágu hér og þar ...

Óttinn við eftirför rak okkur samt áfram, en ekki voru allir á einu máli um hvað gera skyldi, – margir vildu fara heim til búa sinna og vera þar sínu fólki til halds og trausts ef Kolbeinn skyldi gera árás, ef hann léti verða af þeirri ætlan, sem við höfðum áður hlerað, að eyða svo byggð á Vestfjörðum að enginn gæti framar kvatt þar upp her á hendur honum. Þeir sem áttu bátana vildu að við biðum þarna, héldum hópinn í Trékyllisvík og þeir beittu þeim rökum að við yrðum að hafa fleyturnar tiltækar ef við þyrftum að flýja í snatri. Ég reyndi að herða mig gegn skjálftanum eitt andartak og kvaddi mér hljóðs.

„Drengir góðir," sagði ég. „Við skulum koma okkur héðan og í öruggara skjól. Eins og þið, mínir góðu félagar og fóstbræður, hafið staðið ykkur í dag er líf hvers ykkar mér meira virði en hvað verður um alla þessa bátstötra."

Það voru nokkrir hestar þarna í víkinni og við settum fjóra þeirra undir þá sem sárastir voru í flokknum, nokkra í viðbót sem voru of máttfarnir skildum við eftir í kirkjunni í víkinni.

Svo var haldið upp á heiði, og brátt skildust leiðir, héldu menn í litlum hópum áleiðis af stað til sinna heimkynna. Ég fór með mínum traustustu fylgdarmönnum heim að Holti í Önundarfirði, við óttuðumst að floti Kolbeins birtist brátt við sjónarrönd, – vorum viðbúnir hinu versta.

Og ég var enn með þennan skjálfta. Svo mikinn að ég gat varla sofið. Fyrir augum mínum flögruðu myndir af hinum föllnu og krömdu í skipunum á Húnaflóa, og kvalaveinin viku ekki úr höfðinu.

Daginn eftir sátum við að matborði þegar maður kom hlaupandi ofan af Breiðadalsheiðinni með þau tíðindi að sést hefði til flota Kolbeins unga siglandi inn Ísafjarðardjúp. Við hrundum fram borðum og spruttum á fætur og menn þrifu vopn sín og verjur og gerðir voru út sendiboðar í allar áttir til að kveðja upp hermenn. Þeir tíndust að héðan og þaðan eftir því sem leið á daginn, ekki fleiri en svo að óráðlegt þótti annað en að bíða átekta í Önundarfirðinum. Og þar var beðið, og ég fann er ég reyndi að segja eitthvað eða bera drykkjarmál að vörum að enn var í mér skjálftinn, og þessi logi í andlitinu, höfðinu ... En næsta dag fréttist að floti Kolbeins stefndi að nýju út Djúpið, og norður fyrir, eins og þeir væru á leið heim í Skagafjörðinn.

Og ég reyndi að gera mér í hugarlund hvaða klækjabrögð Kolbeinn væri nú að spinna ... Yfirvofandi hættan virtist vera liðin hjá en samt gat ég ekki sofið, hrollurinn skók mig og að mér sóttu svipir þeirra manna sem grjótið kramdi.

TEITUR

■

Ég get ekki lýst léttinum og fögnuðinum sem greip mig þegar ég heyrði tíðindin. Þá var liðin hjá sigurvíman eftir Flóabardagann, og ótti um að ég ætti aldrei afturkvæmt frá Vestfjörðum, aldrei afturkvæmt úr þessum herleiðangri gegn ofureflinu, – óttinn við að ég kæmist aldrei aftur heim til foreldra minna, – þessi geigur var að draga úr mér allan kjark. Svo að þegar ég heyrði fréttirnar komst ég ekki hjá því að tárast, ég gat ekki harkað af mér og hljóp til Þórðar Kakala frænda míns sem einnig var eitt sólskinsbros. Hann reyndi samt að vera ekki of auðtrúa, ekki gera sig að fífli, svo hann lét gera boð eftir Svarthöfða og þeim bræðrum.

„Er ekki trúlegt að Kolbeinn sé að spila með okkur eins og hann hefur áður gert?“ spurði Þórður.

Svarthöfði leit á sendimennina þrjá sem báru boðin um Kolbein, hann hugsaði sig um og sagði svo:

„Það gæti auðvitað verið, en ég er ekki viss ...“

Og þetta svar var ákaflega uppörvandi, úr því það kom frá svo lífsreyndum manni sem Svarthöfða ...

Ég fékk svo að fara með í leiðangur til Norðurlands sem átti að sannreyna hvað hæft væri í góðu fréttunum, við vorum átta saman og leiðtoginn var heljarmennið Kolbeinn grön. Og allt reyndist standa heima, norðanmenn höfðu leyst upp herflokka og látið að mestu af varðhöldum, – og Kolbeinn ungi var genginn í Þingeyrarklaustur og hafði gefið Þórði upp ríki sitt, Þórður Kakali var orðinn það sem engum öðrum hinna stórlátu frænda okkar hafði tekist, voldugastur manna á Íslandi.

Er við fórum um Skagafjörð, ríki Kolbeins unga, var okkur tekið með óttablandinni kurteisi, við vorum sendimenn nýja valdamannsins, – þarna bjó sigrað fólk og við tilheyrðum hinum nýju herrum, allt var þetta furðulegt og nýstárlegt. Svo skildust leiðir, þeir hinir héldu til baka vestur til Þórðar en ég fékk leyfi til að fara til foreldra minna, og óhætt að segja að þau hafi verið fegin komu minni. Þau höfðu heyrt tíðindin um sigur okkar, það var verið að fagna honum víða um Eyjafjörð, og foreldrar mínir voru tekin til við að pakka saman og ætluðu að flytja á nýjan leik heim í Bjarnastaðahlíð, – þau höfðu aldrei sóst eftir að búa á Grund heldur hafði Kolbeinn ungi einungis skipað svo fyrir, og vildu að Þórður Kakali tæki við ættaróðalinu.

Ég ætlaði að snúa til baka og fylgja svo Þórði hingað norður þegar mér bárust um það boð í hans nafni að ég ætti að fara út að Gásum og leggja þar hald á í umboði hans skipsfarm af malti og víni sem þangað hafði nýlega borist. Þarna voru tunnur á marga klyfjahesta og ég sagði kaupmönnum að allt yrði þetta greitt innan skamms, og ég held þeir hafi trúað því. Og svo voru hrossin rekin með drykkjarföngin heim að Grund.

Og fólk var farið að kalla mig herra …

HALLDÓRA

■

Þórður kom sjálfur að finna mig, hann var með hest og skartrenndan söðul og fór með mig heim að Grund, fékk mér búrlyklana og búsforráðin, „allt skal vera sem fyrr,“ sagði Þórður, „nú verður allt eins og það á að vera, eins og það áður var …“

Og gott var að vita þennan son minn á lífi og að hann hefði hefnt svívirðunnar og haft sigur á ofureflinu, og það voru nokkrir góðir drengir þarna með honum og ég gat jafnvel ekki annað en glaðst með þessu öllu, eina andartaksstund. En ég átti ekki heima þarna lengur … Mitt fólk, og til þeirra er ég aftur komin, það eru hinar hlaupakellingarnar; þeirra sorgir eru þungar sem blý, þær hafa misst börn sína eða menn, og þótt það væri kátína á Grund og gleði og drykkja flesta daga og allar nætur þá gat ég ekki glaðst svo mikið með mínum eina eftirlifandi syni að ég gleymdi öllum hinum.

Allt skyldi verða eins og fyrr. Allt gott eins og það var áður. En hvar var Sighvatur bóndi minn? Eða synir mínir: Tumi, Sturla, Kolbeinn, Markús, Þórður Krókur, Tumi yngri? Hvar?

KOLBEINN UNGI

■

Frændur mínir og afar, þeir réðu allir fyrir löndum, við höfum ríkt hér í Skagafirði í mannsaldra. Lengst af tryggðu þeir friðinn, skáru úr deilumálum eins og yfirvöldum bar, – en ég er flúinn í klaustur. Hér bauka menn við skriftir, ef ég nú kynni að skrifa ... og bænahald, hér ríkir friður, ekkert nema friður, ótakmarkaður, óstöðvandi, endalaus ...

Yfirvöld geta gert fleira en standa í hernaði og mannvígum. Frændur mínir létu menn bindast samtökum, létu bændur hlaða garða, ryðja vegslóða, útbúa lendingar fyrir báta, stjórnuðu úthagabeit og eftirleitum. En ég er í klaustri, og Þórður Kakali ræður ríkjum, og ekkert er gert, nema dansað og hlegið. Ef ég væri heill heilsu sneri ég aftur héðan ...

Okkur hefur ekkert boðist nema stríð. En nú kvað vera

kyrrt. Er það þetta sem lýðurinn vill? Agaleysi, upplausn, taumlaus gleði?

Hvílíkir tímar ...

SVARTHÖFÐI

■

Loksins færðist friður yfir landið ...

Ég átti síðar eftir að ráðfæra mig við Dufgus föður minn og fleiri fróða menn sem langt mundu, og það var ljóst að hér hafði verið næstum samfelld styrjöld í tæpa tvo mannsaldra. Þar til veislurnar hófust á Grund.

Það voru góðar veislur og aldrei skorti á mat né drykk. Við vorum þar bræðurnir allan hinn fyrsta vetur, en svo vildi heitkona mín ekki að ég væri þar lengur, henni fannst nóg um allt það einhleypa kvenfólk sem þangað dróst og dvaldist langdvölum, og drykkjuna og áflogin og taflmennskuna, og eftir þingið sumarið hið næsta fluttist ég á brott og vestur á land og setti þar bú og hvíldist við bústörf eftir allt svallið á Grund. En bræður mínir urðu eftir og blessunarlega átti ég þangað erindi, ekki síst er Þórður fól